नीड

स्वाती चांदोरकर

मेहता पब्लिशिंग हाऊस

Please contact us at **Mehta Publishing House,** Pune 411030.
✆ +91 020-24476924 / 24460313 / Mob. No. 9545000513
Email : production@mehtapublishinghouse.com
Website : www.mehtapublishinghouse.com

- *या पुस्तकातील लेखकाची मते, घटना, वर्णने ही त्या लेखकाची असून त्याच्याशी प्रकाशक सहमत असतीलच असे नाही.*

TOD by SWATI CHANDORKAR

तोड : स्वाती चांदोरकर / कादंबरी

Email : author@mehtapublishinghouse.com

संस्थापक : सुनील अनिल मेहता

प्रकाशक : अखिल सुनील मेहता, मेहता पब्लिशिंग हाऊस,
१९४१, सदाशिव पेठ, माडीवाले कॉलनी, पुणे – ४११०३०

मुद्रक : ट्रिनिटी अ‍ॅकॅडमी फॉर कॉर्पोरेट ट्रेनिंग लिमिटेड

मुखपृष्ठ : सतीश भावसार

प्रथमावृत्ती : मार्च, २०२२

किंमत : ₹ २००

P Book ISBN 9789392482205
E Book ISBN 9789392482342
E Books available on : amazonkindle Apple Books Google Play Books

एखादा विषय मांडताना तो विषय अभ्यासणं माझ्यासाठी गरजेचं असतं
आणि त्यासाठी इतरांची मदत लागते.
या कादंबरीचं लेखन करण्यासाठी अकोले गावातील अनेकांची मदत,
सहकार्य मिळालं. त्यातले प्रामुख्याने
श्री सुदर्शन ढगे, श्री भास्कर घुले
आणि या कादंबरीतली जी छायाचित्रं आहेत ती श्री. सौरभ पोखरकर यांनी
काढली आहेत. या सर्वांचे मी आभार मानते.
ही कादंबरी तमाम ऊसतोड कामगारांना मी अर्पण करत आहे.

मोहटादेवीचा उत्सव म्हणजे एकच गडबड. पूर्ण दगडवाडीत उधाण आलेलं होतं. पोरंटोरं नाचत काय होती, गात काय होती. गावात जत्रा भरवायची होती. रोज संध्याकाळी गावचे पाटील पिंपळाच्या पारावर बसून प्रत्येकाला एक एक काम देत होते. मोहटादेवीची पूजा करायला तालुक्याहून भटजी घेऊन यायची जबाबदारी शिक्र्यावर. पूजेची तयारी करायची जबाबदारी इल्लामावर. नारळ, खण, फुलांचं ताट, कुंकू, हळद, सुपारीची ताटं विकायला तीन गाड्या म्हाळसा, पवन आणि दुर्गा यांनी लावायच्या. भजी, पाव, बटाटेवडे, सरबत, चहा, मिसळ या गाड्या शंकर, महादेव आणि बबन यांनी लावायच्या. एक ना दोन. शिवाय खेळणी, पिपाणी, शिट्या, बांगड्या, रिबिनी, कंगवे, तेल, फणी यांच्या पण गाड्या लागणार होत्याच. तालुक्याहून सामान घेऊन यायचं आणि इथे गाड्या लावायच्या. फुगे फोडायचा खेळ, फोटो काढायचा स्टुडिओ... सगळं सगळं असणार होतं.

पाच गावं आहेत पंचक्रोशीत. प्रत्येक वर्षी एका गावाची पाळी असते जत्रा भरवायची. या वर्षी दगडवाडीची पाळी होती.

''गड्यांनो, अशी जत्रा झाली पायजेल की यांव. फुडल्या चार वर्सांत कुणाच्या गावात अशी जत्रा होणार नाही.. आपल्या गावाचा उदोउदो झालाच पाहिजेल. काय?''

''व्हय पाटील. चिंता नको. आम्मी आहोत ना, लै ब्येस करून टाकू बगा.''

''हां, आता शिवा तुज्याकडं लै बेगमी काम हाय. सर्व व्यवहार तू बगायचा. वर्गणी किती जमली, खर्च कुटं कसा करायचा, पक्का हिशोब ठिव.''

"व्हय पाटील."

"आनी काय लागल, कमी पडल तर मले सांगायचं. काई आत-भाओर करायची जरूरत न्हाय. बिंदास.."

"मग तर काय? बोलूच नगा. जय मोहटादेवी! जय मोहटादेवी!"

जत्रा भिनली होती प्रत्येकात. देवीचं देऊळ रंगवून काढलं गेलं. जितके काही रंग आहेत, ते सगळेच्या सगळे वापरात आणले. कळसाला मात्र सोनेरी करून टाकलं. बाकी लाल, हिरवा, पोपटी, गुलाबी, निळा, जांभळा ... एक पण रंग सोडला नाही. देऊळ आभाळाच्या पार्श्वभूमीवर अगदी उठून दिसू लागलं. रात्री अंधार गडद झाला तरी देवळाचा रंग चकाकत राहिला.

मोहटादेवीचा मुखवटा चिंच लावून लावून चकाकून टाकला गेला. दागिन्यांनी मान भरून टाकली गेली. खांद्यापर्यंत मूर्ती असलेल्या मोहटादेवीला काठाची साडी गुंडाळण्यात आली. देवी सजली.

आणि जत्रेला सुरुवात झाली. नवरात्रीचे ते दिवस, नऊ दिवस गाव निनादत होतं. ढोल, ताशे, झांजा ह्यांनी देवीचा छोटासा गाभारा दुमदुमून गेला. आजूबाजूच्या गावातील मंडळी येऊ लागली. देवीपुढे एक रुपया, दोन रुपये, पाच रुपये आणि नोटा यांची रास वाढू लागली. खण नारळांचा ढीगच्या ढीग, फुलांचा, हारांचा वर्षाव.. उदबत्ती, चोवीस तास जळणाऱ्या समया.. एकच उत्साह, उल्हास. कुठे मोठाले स्पीकर्स लावले होते, त्यावर अव्याहत देवीदेवतांची गाणी वाजत राहिली. फिरते पाळणे गरागरा फिरत राहिले, फुगे फुटत राहिले, पिपाण्या वाजत राहिल्या. पंगतीच्या पंगती उठत राहिल्या. वडे तळून तळून तेलाचा रंग काळा झाला.

देवीची आरती तासन्तास चालू राहू लागली. भटजी पूजा सांगून, अभिषेक करून, कुणी काय काय बोललेले नवस फेडून घेऊन थकून गेले. रांगा संपत नव्हत्या, देवीचा जयजयकार थांबत नव्हता. नाचगाणी झाली. कीर्तनं झाली. नव्याने नवस बोलून झाले. 'हे आय, मोहटामाय, यांद्याला पाउस दी गं माय! श्येत हिरवंकंच होऊ दे गं माय! तुले हिरवं लुगडं नेसवून सोडेन गं माय! व्हय माय, व्हय माय!!' 'हे माय, पोटुशी ठिव गं माय! तू परपंचाची माय, माझा परपंच पुरा कर गो माय. तुज्या

नावानं गावजेवण देईन गो माय!' 'अगो माय, माझ्या गाईले कालवड दी गं माय! कच्च्या दुधाचा हंडा व्हाईन गो माय!' एक ना दोन. अनेक नवस. आणि मग देवीचा उदोउदो. आणि मग पुन्हा भजन, आरती, फुलांची उधळण, उदबत्त्यांचा सुगंध. पूर्ण गाव सुगंधित. पंचक्रोशी दगडवाडीची वाहवा करत निघून गेली. आणि दहाव्या दिवशी सर्व काही अचानक थांबलं. मागे उरल्या प्लॅस्टिकच्या पिशव्या, फुटलेल्या फुग्यांचे रबर, कागदाच्या चक्रीचे दांडे, खरकटं. अव्याहत जळणाऱ्या ज्योती मागे काजळी ठेवून शांत झाल्या.

आणि मग रोज संध्याकाळी पिंपळाच्या पारावर पाटील आणि गावकरी जमू लागले.

"ब्येस झाली नव्हं जत्रा. काय कीर्तन झालं राव.. वा...'

"समदी तोंडात बोटं घालत व्हती, म्या पायलं ना. अश्शी पूजा, आनी प्रसाद काय झ्याक व्हता.. कद्दी कुटं खायला गावला नवता बगा. आनी फोटू बी काय ब्येस.. ह्यो बगा.. काय दिसतीया देवी."

"व्हय रे गड्यांनो. लय खपले तुम्मी समदे. फुडल्या बारीस नाटक आणतू गावात."

"खरं का?"

"तर मग उगाच? आपली हाय पेहेचान. करेन काय तर!!"

"पाटील, ह्ये ब्येस व्हईल. आजपातुर कुनी नाटक आनला नाय हितं."

"पाटील, ह्यो हिशोब. बगून घ्या. काय त्ये लिवलंय येस्तवार.[१]"

"शिवा, तुजं काम ब्येस असतं. बगून घेतो मागाहून. तर मग काय गड्यांनो? आता तयारीला सुरुवात का?"

"व्हय पाटील."

"तुमचा मुकादम आला व्हय?"

"कालच्याला येऊन ग्येला. आजपासून धा दिसांनी ट्रक येतील, सांगून ग्येला हाय."

"देवीला साकडं कुनी कुनी घातलंय?"

"समद्यांनी. म्या म्हनलो तिले, पाऊस न्हाय या वर्साला. कसं काय करायचं? देवीला बोललो, माय, मोहटादेवी, फुडल्या वर्सीला असं करू

---

१. येस्तवार : सविस्तर

नगं. लेकरं हाय तुजी, जगायला हवी का नगं? पाच नारळ चढविणार हाय. आनी साडी-चोळी ती येगळी.'

"ठीक ठीक. निगा आता. घरला वाट बगत असतील. उद्याले भेटू. निघू का?"

"व्हय पाटील. रामराम..."

भैया मुकादम सकाळच्या प्रहरीच गावात हजर झाला. गेल्या वर्षी ज्या ज्या ऊसतोड्यांनी असलमात घेतली होती, त्यांची यादी घेऊन पारावर बसला. कुणाचं तरी एक पोरगं कंबरेतून खाली घसरणारी चड्डी सावरत धावत होतं तर त्याला भैयाने हाकारलं.

"कुणाचा रे तू?"

"इल्लाम्माचा."

"जाऊन सांग तिला आणि गावातसुद्धा, की भैया इथे बसला आहे. सगळ्यांनी इथे जमा. सांगशील का?"

"व्हय."

"काय सांगशील?"

"भैया बसलाय, बोलावलीन."

"कुठे?"

"पारावर."

"जा. सांग बेगिन.[२]"

भैया आला आहे, हे समजताच एक एक करून सगळे पाराभोवती जमा झाले.

"रामराम भैया!"

"रामराम. तर मंडळी, आता मी नावं घेतो, त्यांनी हात वर करा. असलमात[३] घेतली आहे त्यांची नावं आधी सांगतो. ठीक?"

"व्हय."

भैया एक एक नाव पुकारू लागला, तशी ती ती माणसं एका बाजूला होऊन एकत्र आली.

---

२. बेगिन : लवकर

३. असलमात : उधारी

"तर तुम्हा सर्वांकडे असलमात आहे. आता या वर्षी ऊसतोड झाली की तुमच्या मिळकतीतून तितकी असलमात वजा केली जाईल आणि उरलेले पैसे मिळतील. कबूल?"

"व्हय."

"सखा दिसत नाही तो?"

"तो न्हाय."

"नाही म्हणजे?"

"गावात न्हाय."

"अरे? परवा निघायचं आहे आणि सखा नाही?"

"ग्येला त्यो."

"कुठे?"

"काय की?"

"नंबर लावतो त्याचा. थांबा. .... असलमात नाही."

"ग्येला त्यो दुसऱ्या मुकादमकडं."

"कोणाकडे? आणि माझे पैसे?"

"भैया, त्ये काय आमाला ठाव न्हाय."

"अस्सं काय? बघून घेईन. त्याचं घर तर इथेच आहे. जातो कुठे?"

"घर न्हाय. समदी ग्येली."

"अरे?"

"भैया, आमचं काय त्ये सांग. खोटी होतीये."

"हो, तुमची खोटी होत्ये आणि माझं काय?"

"आता सांगून जावं न माणसानं. भैया, कुटं गावला तर फोन करतो तुले."

"बरं! तर तुम्ही परवाला सोळाजण तयार राहा. मग पुन्हा नंतर दोन दिवसांनी म्हणजे आजपासून चौथ्या दिवशी अजून सोळाजण. त्यानंतर मी पुन्हा येईन आणि बाकीच्यांना सांगेन कधी निघायचं ते. आता तुम्ही ठरवा, कोण कोण कधी येणार ते. कल्ला करू नका. सबुरीने ठरवा आणि उद्या मला फोन करून नावं सांगा."

"व्हय."

"निघू का? दुसऱ्या गावात पण जायचं आहे. रामराम."

"रामराम."

भैया दगडवाडीतून निघाला. फटफटीला किक मारली आणि धूर-माती उडवत गावाच्या बाहेर पडला. जरा पुढे गेला तशी एका झाडाखाली थांबला. 'सखा नाही म्हणजे किती पैसे गेले? आता त्याला शोधायचं कुठे? असलमात दिली नाही तर पुढल्या वर्षाला कामाला हे ऊसतोडे येतीलच याची हमी नाही. आणि जरी पैसे दिले तरी येतीलच याचीही हमी नाही. लिखापढी काहीही नाही. उद्या कुठला मुकादम चार पैसे जास्त देतो म्हणाला, तर हे निघाले त्याच्यामागे. इथे एकेकाला गोळा करता करता नाकी दम येतोय. गरज काय फक्त मला आहे? अडाणी माणसं!! आपल्यामुळे लोकांचं नुकसान होतंय हेसुद्धा त्यांच्या ध्यानी येत नाही. कुणाला काही वाटत नाही. पन्नास हजारावर पाणी सोडावं लागणार की काय?' या विचारासरशी भैया पचकन थुंकला. सख्याला एक सणसणीत शिवी हासडून त्याने पुन्हा फटफटीला किक मारली. कोरड्याठाक आकाशाकडे उगाचच मान वर करून बघत बघत फटफटी हाकू लागला. सकाळी सकाळी घामाचा ओघळ कपाळावरून खाली घसरत घसरत नाकाच्या शेंड्यापर्यंत आला, तशी त्याला खाज येऊ लागली. पुन्हा एकदा एक अर्वाच्य शिवी ओठांवर उमटली आणि नेमका तेव्हाच तो घामाचा थेंब तोंडात गेला. तोंड खारट झालं. 'हात च्या मारी...'

फटफटी दुसऱ्या गावाच्या वेशीपाशी पोहोचत होती. ....

भैया गेला तशी गावकरी एकत्र आले. कुणी कधी निघायचं याची चर्चा होऊ लागली. हो-नाही करता करता सोळा नावं नक्की झाली आणि ती सभा पांगली.

"भिकू, ए भिकू, परवाच्याला निघायचं गं!"

"इतक्या लागलीच?"

"व्हय. माणिक-मोतीले तयार कर. चांगला खरारा कर. अंगुळ घालून घ्ये. बा, तुजी तयारी करून ठिव."

भिकू, कळसूबाई कामाला लागल्या. सहा महिने पुरतील इतके तांदूळ, डाळ, मिरची-मसाला, भाकरीचं पीठ, कणीक. एक ना दोन. एक एक करून पिशव्या, पत्र्याच्या ट्रंका भरत होत्या. भिकू सगळी तयारी करेस्तोवर पार थकून गेली.

रात्रीला जरा पाठ टेकायला मिळाली तशी शिवा जवळ आला.

“दमली जणू?”

“व्हय.”

“बारकी झोपली का?”

“न्हाय. हाय की जागी.”

“भीमा, बाबू, जीवा झोपले नव्हं?”

“व्हय.”

“तू बाळंतीण. कसं जावं तुला सोडून? येतीस का संग?”

“आनी आवै? तिले येकटी ठिऊ व्हय?”

“म्या तिथं येकटा नव्हं?”

“आता काम करायचं तर ...”

“व्हय. हितं पानी न्हाय. श्येत निपचित पडलंय. काय करायचं राव?”

“असू दे. म्या हाय ना..”

“तू तर माजी लाडाची.”

“हो तर! पन मले बी करमणार न्हाय.”

“व्हय. ये अशी.”

भिकू शिवाच्या कुशीत शिरली. आता ही शिवाची ऊब कधी मिळणार कुणास ठाऊक? तिला एकदम भरतं आलं. रडू लागली तशी शिवा तिची समजूत घालू लागला.

“अशी रडतीस व्हय? चार चार पोरांची आय तू.. आनी रडतीस?”

“मग काय करू? आता कवा दिसाल कुनास ठाव!”

“मले बी लै याद येते तुजी. तिथं असतु; पन मन तुज्याकडं बंद होऊन राहतं.”

ती पुन्हा त्याला बिलगली. आणि रात्र अशीच गेली. एकमेकांना समजवण्यात. स्वतःची समजूत घालण्यात.

पहाटे शिवा लवकर उठला. त्याला शेतावर जाऊन यायचं होतं. खरंतर तिथे काहीच नव्हतं; पण मोहटादेवीच्या प्रसादासाठी त्याने एक केळ लावली होती. आणि ती गर्भार होती. कशी कोण जाणे पण ती केळ जगली होती. शिवाचा ठाम विश्वास होता की मोहटादेवीसाठी लावलेली केळ, म्हणूनच ती जगली. बाकी शेत म्हणजे अगदी भेगा गेलेली, थंडीत पाय जसे फुटतात, तशी जमीन फुटलेली.

"आलूच जाऊन. केळ गर्भार हाय. विईल लवकरच. आनी व्हय, माज्या मागं तिची काळजी घे हो. फळ गावलं की मोहटादेवीला वाहून ये. बरं, आता तिले पानी देऊन येतो."

शिवा गेला तशी भिकूने न्याहारीची तयारी करायला घेतली. बारकीला दुपट्यात गुंडाळून कळसूबाईकडे दिलं आणि तिने पेजेसाठी आधण ठेवलं. चुलीत निखारे फुंकले आणि आपल्या बाकीच्या मुलांना उठवायला गेली.

शिवाचं घर म्हणजे चार घरांसारखंच होतं. आधी अंगण, मग एक माजघर, मागे एक खोली आणि तिला लागूनच स्वयंपाकघर, त्यामागे छोटं अंगण, तिथेच न्हाणीघर. घराला कुंपण हा प्रकारच नाही. गावात कुणाच्याच घराला कुंपण नाही. एकाचं अंगण संपलं की दुसऱ्याचं अंगण. किती जमीन कुणाची, हा सवालच नाही. कधी त्यावरून तक्रारी नाहीत. एका घरातून दुसऱ्याच्या घरात जायला- यायला मोकळीक. कधी दार ठोठावणं नाही. घराची दारं पहाटे एकदा उघडली की ती रात्रीच बंद व्हायची. पोरंटोरं कुणाच्याही घरात शिरायची, खेळायची. अगदी कुणी रागाने हात उगारलाच तर लगेच त्या पोराची आई भांडायला यायची नाही. शिवाचं घरसुद्धा असंच मोकळं. उघडं. लपवून ठेवावं असं कुणाच्याही घरात काहीही नव्हतं. ना तितकी संपत्ती ना दागदागिने. जे काही आहेत ते अंगावर किंवा सावकाराकडे गहाण ठेवलेले. तेही तालुक्यात. प्रत्येकाचा दिवस प्रत्येकाच्या दिवसासारखा उगवायचा. उठा, पेज शिजवत ठेवा किंवा आदल्या रात्री भाकरी शिल्लक राहिली असेल तर चुरा करा आणि खा. मुलांना उठवा आणि...

भिकू मुलांना उठवायला लागली. आळस देत देत ती उठली आणि खुळखुळ भरून पेजेसाठी थाळ्या घेऊन बसली. कळसूबाई येऊन बसली तशी भिकू म्हणाली,

"आवै, का हून उठून बसली. अजून पाणी शिजलं न्हाय."

"चालतंय. बाजरी दळायची नव्हं?"

"मी करतो. बारकिले बगा."

"उठली व्हय?"

"न्हाय. उठली की बगा. टाका अंग तो पातुर. ए भीमा, बस की

रं आता. पेज न्हाय अजून. जा आणि उगाळ[४] करून ये.''

भिकूने पाण्याचं पातेलं चुलीवर ठेवलं. निखारे फुंकरले. भिकू बाकीच्या तयारीला लागली आणि तितक्यात बबन हाकारत आला. ''ए दगडूबा, ए भिकू... बेगिन बेगिन ..''

''काय जालं रे बबन्या?''

''भिकू, बेगिन चाल, शिवा आडवा झालाया.''

''काय सांगून झाला?''

''साप चावला नव्हं श्येतात. म्या जात व्हतो तिथनं तर शिवा काळाठिक्कर पडल्याला. चाल चाल...''

भिकू धावत सुटली. मागोमाग पोरं धावत सुटली. कळसूबाई काठी होऊन गेली. आणि दगडूला आवाजाने जाग आली. तितक्यात बारकी उठली आणि तिने भोकाड पसरलं.

''गप, गप म्हणतु ना. सकाळच्या पारीस बोंब मारायला काय झालं तुले? अगं, हिला बग. उचलून घे.''

कळसूबाई हललीच नाही. एक नाही, दोन नाही. साप चावला. शिवा काळाठिक्कर पडला म्हणजे मेला की काय?

''अगं, असं का करतीस? काय झालं?''

''साप साप..''

''कुटं?''

''श्येतात, शिवा...''

दगडू धावू लागला. एव्हाना बातमी गावभर झाली..आणि जो तो शिवाच्या शेताच्या दिशेने धावू लागला.

भिकू शेतात पोहोचली आणि गर्भार केळीच्या खाली आडवा पडलेला शिवा तिला दिसला. तोंडातून फेस येत असलेला. काळाकुट्ट झालेला. आणि ती कोसळली. त्याच्या नावाने टाहो फोडू लागली. त्याला गदागदा हलवू लागली. ताठ झालेला शिवा जराही हालचाल करत नव्हता.

''ह्ये बग. हितं चावा घेतल्यान. ईष पसरलं हाय. आता काय बी व्हनार न्हाय. जबरी ईष. लागलीच पसरलेलं दिसतं. आता काही व्हनार

---

४. उगाळ करणे : चूळ भरणे

न्हाय, ऐक माजं.''

''न्हाय कसं? ह्ये काय बबन? इतका मजबूत गडी, माझा शिवा असा कसा जाईल? ईष खेचून घेतो म्या. आत्ता उटल आनी चालू पडल. हट बाजूला.''

''भिकू, काय बी उपाय न्हाय. न्हायतर म्या क्येला नसता का?''

''न्हाय. तू वंगाळ बोलतुयास. खोटं हाय. ए शिवा, उट आता. लै झाली मस्करी. उट...''

'न्हाय उटायचा त्यो भिकू. ऐक माजं. हिला समजवा कुनीतरी. ए इल्लाम्मा, भिकूला घिऊन जा. ए दगडूबा, ह्ये बग काय झाल्या.''

असं म्हणत म्हणत स्वत: बबनने गळा काढला.

भिकूला इल्लाम्मा हात धरून खेचू लागली, बाजूला करू लागली, तशी मग एकच टाहो फोडला तिने, पुन:पुन्हा आक्रोश करू लागली. एका क्षणात सर्व काही उद्ध्वस्त झालं होतं तिचं. ती छाती पिटू लागली, हात-पाय झाडू लागली आणि तिथेच भोवळ येऊन पडली. तिची शुद्ध हरपली.

दगडवाडी अगदी सुन्न, सुनसान झालं. कुठे आवाज नाहीत. मुलं खेळत नाहीत. पानसुद्धा हलत नव्हतं झाडांचं. एकदम गपगार. हुंदके फुटत होते; पण ते साडीच्या पदराच्या बोळ्याच्या आत. अख्खं गाव दगडूच्या अंगणात साचलं होतं. भिकू अजून धक्क्यातून बाहेर आली नव्हती. दगडू दगड होऊन बसला होता. त्याचं एकुलतं एक पोर लाकूड होऊन समोर पडलेलं होतं. कळसूबाई डोक्याला हात लावून बसलेली होती, तिला शिवाकडे बघायचं धाडस होत नव्हतं. शिवाची तीनही पोरं माजघराच्या दारात भिऊन बसलेली होती. सकाळच्याला भिकूने चुलीवर ठेवलेलं पाणी आटून भांड्याचा कोळसा झाला होता आणि चूल आपली आपणच विझून गेली होती.

कुणीतरी शेवटी म्हणालं,

''आता तयारी करायला हवी. मढं उचलायला हवं.''

हे ऐकल्याबरोबर इतक्या वेळ दगड बनून बसलेला दगडू ताडकन उठला.

''मढं कोन म्हनाला? शिवाला मढं म्हणतुया? सामोरा ये माज्या..''

दगडूचा जोराचा आवाज ऐकून बारकी दचकली आणि तिने भोकाड

पसरलं.

"ए, गप हो. जनमली न्हाय तर माज्या पोराले खाऊन टाकलं. गप हो."

असं म्हणत दगडू बारकीला मारायला धावला तशी त्याला कुणीतरी धरलं,

"सोड हात माजा. पांढऱ्या पायाची. हिले मारून टाकायला हवी. बापाले खाते."

भिकू जरा जागी झाली. तिने थोडी हालचाल केली. काय होतंय हे तिच्या लक्षात येईना.

"मार तिले. या बारकीने घात क्येला. माजा जवान गडी, माजा शिवा...."

असं म्हणून दगडू ढसाढसा रडू लागला. तोंडात माती कोंबू लागला. पाटील धावत गेले त्याच्याजवळ. त्याला थांबवू लागले. कळसूबाई तरातरा उठली आणि तिने बारकीला उचलून घेतलं.

"कसाले जनमाला आलीस.. बापाले खाल्लं. माजा शिवा....."

तिने हंबरडा फोडला तशी भीमा, बाबू आणि जीवा रडू लागले. एकच काला झाला. गावकरी हळूहळू तयारीला लागले. तिरडी बांधली गेली. मडकं आणलं गेलं. कुणी स्मशानात धावलं. लाकडं रचू लागलं. शिवाला शेवटची अंघोळ घालण्यात आली. बुक्का, कुंकू याने त्याचं कपाळ लाल-काळं झालं. दीड-दोन रुपयांचा हार आणण्यात आला. शिवाला तिरडीला करकचून बांधण्यात आलं. काना-नाकात कापूस कोंबण्यात आला. गंगेची छोटीशी बुंदली देवघरातून काढून फोडण्यात आली आणि त्यातले चार थेंब शिवाच्या तोंडात ओतले गेले. गंगेचं पाणी त्याच्या तोंडातून ओघळून पार मानेवरून खाली घसरलं आणि खाली अंथरलेल्या पांढऱ्या कापडात शोषलं गेलं. तोंडात कोंबलेलं तुळशीचं पान मात्र तसंच राहिलं. घरातून भिकूला बाहेर आणण्यात आलं आणि शिवासमोर भिकूला बसवलं गेलं. तिचे हात कुणीतरी धरले आणि नुकताच जत्रेत नवीन भरलेला चुडा दगडावर आपटून आपटून फोडण्यात आला. तिचं कुंकू कुणीतरी पुसून टाकलं आणि मंगळसूत्र ओढून तोडण्यात आलं. शिवाच्या आजूबाजूला काळे मणी घरंगळत राहिले.

सर्वांनी शिवाला नमस्कार केला. भीमाच्या हातात मडकं देण्यात

आलं आणि 'रामनाम सत्य आहे' असं म्हणत शिवाची तिरडी चार खांदे पेलू लागले. पुन्हा एकदा काला झाला. पुन्हा बारकीने भोकाड पसरलं, पुन्हा एकदा दगडूने तिच्याकडे तुच्छ नजरेने बघितलं. आणि चार खांदे शिवाच्या अंगणाबाहेर पडले.

सकाळपासून उपाशी असणाऱ्या माणिक-मोतीलासुद्धा समजलं, आपला राजा हरवला आहे. आता तो कधी लाड करायला, प्रेमाने पाठीवरून हात फिरवायला, चारा घालायला, पाणी पाजायला येणार नाही. पोट उपाशी होतं; पण त्या दोन्ही शहाण्या जनावरांनी तोंडातून एक आवाज काढला नाही.

दिवसभर गाव शांतच होतं. शिवाच्या घरात एक बारकीचा आवाज सोडला तर जराही खुट होत नव्हतं. जणू स्मशानशांतता.

"कावळा शिवला का?"

"हो, शिवला."

कावळा शिवला तशी भिकू अचानक चिडली, त्रागा करू लागली.

"ह्या कावळ्याला काही उमज हाय का? कुठल्याबी पिंडाला शिवतो? त्यो म्हातारा म्येला गेल्या खेपेला तर शिवला न्हाय. काय इच्छा उरली होती त्या म्हाताऱ्याची? आयुश जगून झाल्यालं तरी बी शिवला न्हाय. आनी शिवा.. काय जगला त्यो? इच्छा काय बी शिल्लक न्हाय का त्याची? असा कसा शिवतो मी म्हनतो? झूट हाय ह्ये. त्यो काळ्या शिवतोच कसा?"

तिच्या बोलण्यात तथ्य होतं; पण ते कुणाला मान्य नव्हतं.

"शांत हो बाय. शांत हो. नसल काय इच्छा त्याची. तू चांगला संसार क्येलास. पोरं दिलीस. म्हातारा-कळसूबाईला बगतीस.. मग काय हवं गा अजून?"

"आनी माजी बारकी? तिले तर ठावं बी न्हाय अजून तिचा बाप."

बारकीचं नाव ऐकलं तशी दगडू चिडला.

"बास जालं. नाव काडायचं नाय तिचं."

"आवो, असं काय करतोस बा? शिवाची आटवन हाय ही बारकी. माजीच कूस नव्हं?"

"तरीबी. ह्या घरात मले ती नको."

भिकू घाबरली. तिने बारकीला घट्ट मिठीत घेतलं. डोळ्यांतून पाणी

वाहू लागलं. मनातल्या मनात ती बारकीकडे बघून म्हणाली, "काय नसीब घिऊन आलीस. झालीस तवा, लक्स्मी आली घरात म्हनून तुजा आजा नाचीत व्हता. आनी आता? कसं करावं म्या? कसं जगायचं? शिवा, असा कसा रे सोडून ग्येलास?" तिची नजर भोवताली गेली. जागोजागी त्याच्या खुणा तिला दिसत राहिल्या. ऊसतोडीला जायचं म्हणून सर्व तयारी केलेली, ती बोचकी आत्ता पण जशीच्या तशी होती. आणि अचानक भिकू ताठ झाली. असं रडत बसून चालणार नाही. मुलांना जगवायचं आहे. या घराची जबाबदारी आहे. जर ऊसतोड केली नाही तर खायचं काय? जगणार कसं? आपणच सावरायला हवं हे घर. कावळा शिवला आहे. शिवा आनंदात आहे. काही इच्छा नाहीत; पण मला इच्छा आहेत. या घराला मोठं करायचं आहे. आता मी या घराचा पुरुष आहे.... भराभरा विचार येत राहिले. आणि तिने बारकीला खाली ठेवलं. पदर खोचला आणि ती काही एक ठरवून पुन्हा बाहेर अंगणात आली.

गावात आता फार कमी डोकी उरली होती. बाकीचे कधीच ऊसतोडीला निघून गेले होते. ते तरी काय करणार? कुणाच्या मरण्याने कुणी जगायचं सोडत नाही. भिकूने पण जगायचं ठरवलं होतं आणि जगवायचं ठरवलं होतं.

अंगणात पाटील आणि दोघं-तिघं होते. ती तडक त्यांच्यासमोर जाऊन उभी राहिली.

"बा, तयारी करायची नव्हं? भैयाला सांगावा धाडा. ट्रक पाठिव म्हणावं. म्या ऊसतोड करनार हाय."

"काय बोलू जाली गं तू?"

"व्हय. आता असं हात-पाय गाळून चालायचं न्हाय. म्या तयार हाय."

"तुले काय माहीत ऊसतोड म्हनजी काय? लै खपावं लागतंय."

"गावातल्या बाया जात्यात नव्हं?"

"त्या ऊसतोडीत न्हाईत. त्या तोडलेला ऊस जमिवतात. दिवस न्हाय, रात न्हाय. कवाबी उठायचं आनी कामाले जायचं."

"करीन म्या."

"आनी ती बारकी? तिचं काय?"

"माज्या संगट राहनार. तिले कुटं ठीवणार म्या?"

"मला नगं ती. तिचं त्वांड बी बगायचं न्हाय."

“मले येक सांग, इतकुसा जीव त्यो, त्यो काय खानार कुनाला? आनी शेवटची याद आहे शिवाची. तिले असं वंगाळ बोलतोस तू तर शिवाला दुक न्हाय व्हनार?”

“दुक तर मले...”

“मले न्हाय? आवैले न्हाय? आनी माज्या भीमा, बाबू, जीवाला न्हाय?”

“हाय, हाय. तरी बी ही माज्या नजरेआड जाली पाहिजे. आनी कळसूबायला पन नगं ही.”

“काय वो? आवै, तुले बी माजी शिवाची बारकी नगं?”

कळसूबाई काहीच म्हणाली नाही. तिने सरळ मान फिरवली.

“ठीक हाय. म्या बगीन तिले. काय का असंना. तुम्मी पाठ फिरीवली, पन म्या तर आवै हाय तिची. माजं लेकरू मले जड न्हाय. तयारीला लागतो. ऊसतोड करायचीच. घर सांबाळायचं हाय मले. उटा. फोन लावा भैयाले. इचारा, अजून जागा हाय का आपल्याले? का भरले समदे कामगार?”

भिकूचा जोर बघून दगडू जागचा हलला. जे कुणी भेटायला आले होते ते गुमान निघून गेले.

तसं तर ऊसतोडीला बायका जातातच. भिकू कधी गेली नव्हती, जावं लागलं नव्हतं. शिवा आणि दगडू दोघे पुरेसं होतं. आणि तसंही लग्न झाल्यापासून तिची सतत बाळंतपणं चालूच होती. खरंतर दोन मुलं झाली तेव्हाच थांबायला हवं होतं; पण गाव अजूनही अशिक्षितच होतं. देवाचं देणं, ते कसं नाकारायचं... असेच विचार. अगदी या युगातसुद्धा. जत्रा झाली की गाव रिकामं होऊ लागतं. सगळेच ऊसतोड करणारे, ऊसतोड कामगार. प्रत्येकाची शेती आहे; पण पाऊस नाही तर त्या शेताचं करायचं काय? नवीन सरकार येईल तेव्हा काहीतरी केलं जाईल अशी दर निवडणुकीला एक फोल आशा असते सगळ्यांना; पण काहीही होत नाही. ही पंचक्रोशी उजाडच असते.

पूर्ण पंचक्रोशीतून ऐंशी टक्के लोक तरी ऊसतोड कामगार आहेत. त्यावरच त्यांचा संसार चालतो. सहा महिने अंग मोडून कष्ट करायचे आणि उरलेले सहा महिने घरात झोपून काढायचे. गावगप्पा करण्यात घालवायचे. वर्षानुवर्षं हाच पायंडा. हाच रिवाज. बाप ऊसतोड्या होता

म्हणून मुलगा पण ऊसतोड्या. त्याचा मुलगा पण ऊसतोड्या. शिक्षण आहे पण 'शिक्षणाचा काय उपेग?' हाच भाव. आहेत, काही जण शिकलेले आहेत; पण गावात नोकऱ्या कुठल्या? आणि शहरात गावातल्या शिक्षणाचं महत्त्व ते किती? मग जगण्यासाठी हेच करत राहायचं. पिढ्यान्‌पिढ्या...

तरी आता एक बरं होतं. कारखाने ट्रक पाठवतात. त्यात बैलांना चढवायचं, आणि सहा महिन्यांचा संसारसुद्धा लादायचा. आपसूक कारखान्याजवळ पोहोचतो माणूस. नाहीतर आधी परिस्थिती वेगळी होती. ज्याच्याकडे बैलगाडी आहे, त्यालाच काम मिळायचं. दोन दोन दिवस प्रवास करून कारखान्यात पोहोचायचं. वर्णी लावायची. प्रवासात बैल थकून गेलेले असायचे. लाकडी चाकं हिंदकळत राहायची तशी पोटात डुचमळ व्हायची. झोप नाही की जरा आराम नाही. एक एक डोंगर पार करत जायचं. बैलांना धाप लागायची. चढ आला की सर्वांनी खाली उतरायचं. चालत राहायचं. उताराला पुन्हा गाडीत बसायचं. माणसं आणि बैल त्या क्षणी दोघे सारखेच. एकाच्या गळ्यात दिसणारा कासरा, दुसऱ्याच्या गळ्यात अदृश्य कासरा. एका कासऱ्याचं टोक माणसाच्या हाती, दुसऱ्या कासऱ्याचं टोक नियतीच्या हाती, परिस्थितीच्या हाती. चालत राहायचं. चालत राहायचं....

ट्रक दाराशी उभा राहिला. कळसूबाई, भीमा एक एक गाठोडी ट्रकमध्ये भरू लागले. इल्लामा सामोरी आली.

"बाय, भिकू, लै हिमतीची तू. जा, समदं ठीक व्हईल. हितं कालजी करू नगं. म्या हाय. दही-भात घ्ये. वाटत खा."

"इल्लाम्मा, येक सांगू?"

"सांग बाय..."

"केळ विईल आता. येक-दोन दिसात. शिवा म्हनला व्हता, मोहटादेवीला उकलास[५] घ्येनार हाय तिचा म्हणून. म्या तर जातो. तू देसील काय गा? हितं आवै जानार न्हाय श्येतात. शिवाची इच्छिक तशीच राहून जाईल."

---

५. उकलास : नैवेद्य, घास

"उगी, गप. म्या करेन हो. नगं कालजी करू. जा, शांतचित होऊन."

भिकूने सर्वांना वाकून नमस्कार केला. मुलांचे पापे घेतले. त्यांच्या चेहऱ्यावरून हात ओवाळून घेतले आणि कडाकडा बोटं मोडून टाकली. बारकीला कुशीत घेतलं तशी ती चाचपडू लागली. तिने बारकीच्या गालावर एक हलकीशी चापटी मारली. आणि भिकू ट्रकमध्ये बसली.

वळण घेत घेत ट्रक निघाला, तशी गाव मागे पडू लागलं. दगडवाडी आता कधी पुन्हा नजरेला पडेल, हे तिला माहीत नव्हतं. ती मागे वळून वळून बघत राहिली. याच वाटेवरून शिवा तिला लग्न करून घेऊन आला होता, हे तिला आठवलं. पहिल्या बाळंतपणानंतर भीमाला आणि तिला तो माहेराहून घेऊन आला होता ते याच वाटेवरून. आणि या वाटेवरून तो दरवर्षी ऊसतोडीला जात होता. आता ती वाट भिकू एकटीच तुडवत होती. आज पहिल्यांदाच तिचा शिवा तिच्याबरोबर नव्हता. डोळ्यांत पाणी आलं तशी तिने ते पदराने हलकेच पुसून टाकलं. सुखाचं जीवन संपल्याची जाणीव तिला प्रकर्षाने झाली. आता आपल्याला झगडावं लागणार, जगण्यासाठी आणि बारकीला जगवण्यासाठी. कदाचित आज ना उद्या दगडू आणि कळसूबाई बारकीवरचा राग विसरतील, नाही कुणी म्हणावं? पण, आज मात्र तिला त्यांच्या रागाचा, तुच्छतेचा सामना करावा लागणार होता. बारकी झाली आणि बाराव्या दिवशी बारसं करायचं ठरलं तर भिकूची माय आजारी पडल्याचा निरोप आला होता. ती आणि शिवा मायला भेटायला गावी गेले. परतून आले तर जत्रा जवळ आलेली, म्हणून गावात कुणाला वेळच नव्हता. आणि मग बारसं करायला सवड मिळालीच नाही. बारकी बारकीच राहिली.

'काय नसीब घिऊन आलीस, कुनास ठाव? नाव तरी काय देऊ तुले? समदी बारकी म्हनत राहिली आनी मग तू बारकीच झालीस. आता तर इचारायला नगं. कोन ठीवणार नाव तुजं? माझी माय बी बरी न्हाय. तिची पोर पांढऱ्या कपाळाची झाली तरी बी येऊ सकली न्हाय. तिच्या कुशीत जाऊन भरपेट रडून घियाचं व्हतं गं मले. कुनाच्या खांद्यावर भार दिऊ माजा? लै येकटी झालिया बग म्या. ए बारके, ऐकतीस ना गो? कायच्या काय होऊन बसलं. असा कसा आला तो साप? कुटून आला? पान्यासाठी आला असंल का? कुटल्या बिळात असत्यो? काय समजू न्हाय झालंय. त्याले येक ठाव शोधून काडायचा

हाय. एक डाव बगायचा हाय. माज्या शिवाचं रगत पिऊन तहान भागली काय, असं इचारायचं हाय. रोजच्याला कसरत करनारा गडी चार छोटे दात लागून मरून जातो. याला काय म्हनू गं? मोहटादेवीला इचारायला हवं. सांग मोहटादेवी, तुज्यासाठी केळ जगवली त्याने. आनी आता तुझी ओटी त्याच केळीच्या घडानं भरील, पन माझी ओटी का रिकामी केली गं बाय? का?'

भूमी पहाटेच उठली. बैठ्या घराचं मागचं दार तिने उघडलं तशी करकर आवाज झाला. तिने बिजागरी बघितली, रोजच बघते तशी. तेल घालायला हवं असं मनात म्हणाली, रोज म्हणते तसं. मोठी जांभई येऊ लागली तशी तिने तोंडापुढे टिचक्या वाजवायला सुरुवात केली. रोज वाजवते, तशा. राखुंडीचा पत्र्याचा काळपट डबा तिने पुढ्यात घेतला. झाकण काढताना पत्र्याची कड हाताला लागलीच. एक बारीकसा लाल ठिपका बोटावर उमटला. तिने डब्यातील राखुंडी त्या ठिपक्यावर दाबली आणि निवांत दाराच्या पायरीवर दात घासत बसली. बराच वेळ असाच गेला. दात घासता घासता तिने समोर बघितलं. फटफटू लागलं होतं. त्या सोनेरी काळोखात तिला समोरच्या मैदानात हालचाल दिसत होती. तिने बारकाईने बघायचा प्रयत्न केला; पण स्पष्ट काही दिसलं नाही तशी ती चूळ भरायला गेली. फुंकणीने फुंक घालत अंगार पेटविला आणि कोळसे बंबात टाकले. पाणी ओतलं बंबात आणि झाकण ठेवून ती चहा ठेवायला आत गेली.

भरपूर साखर टाकलेला लालभडक चहा तिने कपात गाळला आणि पुढचं दार उघडायला बाहेरच्या खोलीत गेली. लाकडी दाराची आडवी लाकडी खुंटी, दोन्ही बाजूंनी. खडखड करत त्या खुंट्या सरकल्या. लाकूड मेणचट झालेलं. बदलायला हवं, रोजच्यासारखा आत्ताही असा विचार तिच्या मनात आला. दार उघडून भूमी पायरीवर बसली. फुंकर मारत एक एक घोट घेऊ लागली. समोर मातीचा रस्ता... करडी, पांढरी माती. एक बैलजोडी सावकाश त्या मातीवरून जात होती. धुरळा उडत होता; पण लगेच पुन्हा खाली बसत होता. बैलगाडी दूर गेली तशी बैलांच्या गळ्यातल्या घंटांची किणकिण मंद होत गेली.

बंब धूर ओकत होता. पाणी अगदी कढत झालं होतं. ती न्हाणीघरात

गेली. दार नव्हतंच. पडदा सारला आणि तिने कढत पाणी एक एक लोटी भरून अंगावरून वाहून द्यायला सुरुवात केली. बराच वेळ तिने अंगावरून पाणी वाहू दिलं. थंडी मी म्हणत होती. अंगावरून पाणी घरंगळत गेलं आणि पुन्हा लोटी भरून अंगावर ओतेपर्यंत ... त्या मधल्या काही क्षणांतसुद्धा थंडी जाणवत होती. अंगावर शहारा येत होता. पाणी संपलं तशी तिने अंग कोरडं करायला सुरुवात केली. नेसूचं नेसून ती बाहेर आली. काळेभोर, दाट, लांबसडक केस, तिने आज आठवड्यानंतर धुतले होते. पारा अर्धवट उडालेल्या जुन्या आरशात स्वतःच्या केसांकडे बघत असताना तिला श्रीपतची आठवण आली. तिच्या याच केसांवर भाळून त्याने तिच्याशी लग्न केलं होतं. केस तर अजूनही तसेच आहेत; पण मग श्रीपत कुठे आहे? तिने मान झटकली तशी केसांची एक लहर उमटली. केस वाळवायला म्हणून ती पुन्हा उन्हात येऊन बसली.

तिची नजर समोर कारखान्याचा धूर बघत राहिली.

कारखान्याचा अव्याहत आवाज. आता निदान पाच-साडेपाच महिने तरी. जेव्हा इथे आले तेव्हा किती त्रास व्हायचा या आवाजाचा. जरा झोप लागायची नाही. किती वेळा सांगितलं होतं श्रीपतला, गावात जाऊ राहायला. तिथे आई- वडील आहेत. घर आहे. दीर-भावजय आहेत. इथे राहून काय करू? इतका आवाज! पण नाहीच म्हणायचा. म्हणायचा, मला कारखाना लांब पडतो. जाण्या- येण्यात एक तास जातो. त्यापेक्षा इथे बरं. जेवायला घरी येता येतं. आणि शिफ्ट संपली की लगेच घरात. होईल सवय तुला. आणि खरंच आपल्याला सवय झाली. आता आवाज नसेल तर झोप येत नाही. कमाल आहे. आणि बरंच आहे, लांब आहे घरापासून ते. आता तर कुणाचं तोंडही बघायला नको. जगण्यापुरतं आहे सर्व काही. कुणापुढे हात पसरायला नकोत. ते मिंधेपण नकोच. तो गेला आपल्या वाटेने तर जाऊ दे. आता त्याच्या जाण्याचंसुद्धा काही वाटेनासं झालं आहे. हा आपला माळ आहे, तो जगायला पुरेसा आहे. कधी वाटलं तर कारखाना आहेच. हवं तेव्हा जाऊन नोकरी करू शकतो. कुणी नाही म्हणणार नाही. भोंगा वाजला, म्हणजे आता पहिली शिफ्ट संपली. आता पुन्हा पाच मिनिटांनी भोंगा वाजेल. दुसऱ्या शिफ्टच्या लोकांना सतर्क करायला. मग पुन्हा पंधरा

मिनिटांनी वाजेल, कामावर रुजू व्हा, असं सांगण्याकरता. भोंगा वाजलाच पाहिजे. घड्याळ बघायला लागत नाही. ...

"भूमीताई, मी भैया.."

"काय रे? अचानक आलास?"

"भूमीताई, दगडू आला आहे. त्याला कोपी बांधायला..."

"दगडू आला? कसा काय? आहे कुठे तो?"

"बसला आहे बाहेर. बोलवू?"

"बोलव."

दगडू भूमीच्या घराच्या फाटकापाशी आला, तशी भूमीचं कुत्रं भुंकायला लागलं.

"चंपा, गण्या .. गप राहा. येऊ दे हं त्याला. ये रे दगडू. आत ये. काय ऐकत्येय मी?"

"आता काय सांगावं ताई?"

"रडू नकोस. काय झालं?"

"सापाने घात केला ताई. माझा शिवा ग्येला."

"का आलास? या वर्षी राहायचं ना घरात."

"म्या नव्हतो येणार; पन भिकू म्हनली ... काम करायला हवं. म्या बी म्हनलो, ग्येला त्यो ग्येला. जगायला तर हवं ना? काम न्हाय तर टका न्हाय. मग वरीस काडायचं कसं?"

"एकटाच आला आहेस? कसं जमणार तुला?"

"न्हाय, भिकू आलीय."

"भिकू? शिवाची बायको ना?"

"व्हय. ती हाय माणिक-मोती सोबत. ताई, कोपी बांधू दे. लै उपकार व्हतील."

"अरे, मी कशाला नको म्हणेन? पण आता जागा कुठे आहे?"

"बगा ताई. कारखान्याने दिली हाय गाडी. मले दुसरीकडं न्हाय राहता येनार. हितं घरासुदिक वाटतं."

"बरं. जरा थांब. भैया, कुठे आहे का जागा? बघ जरा."

"एक आहे; पण शेवटाला. याची जागा दिली मी दुसऱ्याला."

"बरं. मी येते. चल."

भूमी दार लोटून घेऊन बाहेर पडली. चालता चालता तिने केसांचा

अंबाडा केला. काही पावलं गेली आणि समोरच तिला भिकू दिसली. हातात लहान पोर आणि जमिनीवर पूर्ण संसार.

"भिकू ना तू?"

"व्हय जी."

"किती महिन्याचं मूल?"

"बारकी, मुलगी हाय. तीन की चार महिनं..."

"असू दे, ये."

भूमीच्या माळात बऱ्याच कोप्या उभ्या होत्या. आत्ता सगळे ऊसतोडीला गेले होते म्हणून त्या रिकाम्या होत्या. कोप्यांची ओळ मागे सारत सारत सगळे पुढे जात राहिले. आणि अगदी शेवटाला एक जागा दिसली. तिथे कुणी कधीच कोपी बांधत नसे. ती जागा अडचणीची होती. मध्येच फुगीर होती.

"या इथे बांधणार का कोपी?"

"चालतंय की."

"बांधा; पण कशी बांधणार? आणि उंचवट्यावर झोप कशी लागणार तुम्हाला?"

"काय न्हाय त्याचं. राहू की!"

बरं म्हणून भूमी निघाली, तरी तिच्या मनात मात्र विचार येत राहिले, इतक्या लहान पोरीला घेऊन अडचणीत कशी राहणार भिकू? आणि तिला नवलही वाटलं, भिकूच्या चेहऱ्यावरची ताठरता बघून. इतक्या लहान वयात इतकी कणखर कशी काय झाली ही? तिची नजर बारकीकडे गेली. शांत झोपली होती. बाई आई झाली की तिच्यात असा कणखरपणा येतो की काय?

घरात पोहोचली तशी तिला रुखरुख लागून राहिली. तिच्या डोळ्यांसमोर शिवा आला. 'नाही म्हणायला गेली सहा-सात वर्षं येत होता तो इथे. त्याची कोपीची जागा ठरलेली होती. सर्वांचीच ठरलेली आहे. जर एखादा कुणी आला नाही तरच त्याची जागा दुसऱ्याला दिली जायची. अलिखित नियम झाला आहे हा. शिवा आला की त्याची जागा तो अगदी स्वच्छ करून घेणार. तण उगवलं असेल तर काढून घेणार. जमीन सारवून घेणार. उसाच्या चिरा त्रिकोण करून उभारणार. आतून कापड, प्लॅस्टिक बांधणार. आणि त्याच्या कोपीची सीमा मातीच्या

उंचवट्याने निश्चित करणार. बैलांसाठी खुंटी मारणार. त्यांची काळजी घेणार. प्रेमाचा वर्षाव करणार. शेण गोळा करून त्याच्या गोवऱ्या करणार. भाकरी- भाजी पण तोच करणार. कधी चहाला बोलावणार. शिवा म्हणजे मस्ती, मजा, भरपूर काम आणि निर्मळ हास्य. असा कसा गेला तो? भैयाने सांगितलं होतं, तेव्हा जराही विश्वास बसला नव्हता. शिवाला जाऊन किती दिवस झाले असतील? आणि इतक्यात भिकू उभी राहिली? आणि तिची ती बारकी! किती गोड आहे पोरगी. नाजूक, गोरीपान. अगदी शिवासारखी. देव पण कधी काय करेल, सांगता येत नाही.

कशी काय उभारेल कोपी भिकू? ती टोकाची जागा. जमीन सरळ नाही. त्यापेक्षा भिकूला आपल्या घराच्या कुंपणाबाहेरच्या मोकळ्या जागेवर कोपी बांधू दिली तर? पण, हे फक्त आत्ता, या वर्षालाच. अगदी नाईलाज आहे म्हणून. आणि तिला स्पष्ट सांगून ठेवायचं, इथे कचरा, घाण होता कामा नये. बैलांच्या शेणामुताचा वास येता कामा नये, तर बांध तिथे कोपी. भाडं किती घ्यावं? अर्थात, सर्वांना लागू आहे तितकंच. ही जागा खास आहे म्हणून जास्त भाडं घेता कामा नये. त्यात विधवा झालीये. कशाला उगाच? ठीक तर, ठरलं. आत्ताच सांगून यावं. ...

कुंपणापासून थोडं अंतर सोडून कोपी उभी राहिली. भिकू तर दहादा पाया पडून गेली. बरं वाटलं. ती पाया पडली म्हणून नाही, तिची चांगली सोय करून दिली, म्हणून. तसं तर आपण सर्वांचीच काळजी घेतो. हे ऊसतोडे म्हणजे माहेरच्या माणसांसारखे झालेत आता. एखादी वीण घट्ट बसावी तसं नातं झालं आहे. कुणाच्या घरात काय, तर कुणाच्या घरात काय हे आता अगदी पक्कं माहीत झालं आहे. उगाच नाही सगळे भूमीताई म्हणत आपल्याला. सख्खी नाती दूर गेली आणि परकी जवळ आली, नाती निर्माण झाली. जेव्हा घरून इथे येतात तेव्हा अगदी आनंदात असतात आणि इथून जाताना मात्र दुःखी होऊन जातात. खरंच दुःखी होतात की आपल्याला फक्त तसं वाटतं? ते दुःखी होत असतील- नसतील, आपण मात्र नक्की दुःखी होतो. माळ अगदी भकास होऊन जातो. सगळे आवाज थंड होऊन जातात. किर्र शांतता दाटून येते. अगदी अंगाला येऊन चिकटते.

भूमीने उगीच अंग झटकलं. केसांवरून हात फिरवला तशी तिला केसांतील ओल जाणवली. तिने मघाशी घाईत बांधलेला अंबाडा

सोडला. पाठभर केस विखुरले. ती पुन्हा डाग पडलेल्या आरशासमोर उभी राहिली. क्षणभर तिचा आरशातला चेहरा बघून तिला वाटलं की ते डाग तिच्या तोंडावर आहेत. तिने उगाच गाल घासले. डाग पुन्हा उमटले. तशी ती आरशासमोरून बाजूला झाली; पण तिच्या मनातले ते डाग मात्र जात नव्हते.

कारखान्याने भोंगा वाजवला तशी ती एकदम जागी झाली. स्वयंपाक करायचा होता. पुढलं दार लोटून घेण्यापूर्वी तिने सहज भिकू दिसते का बघितलं. भिकू आणि दगडू कोपी उभारत होते. बारकी भर उन्हात खाली जमिनीवर एका दुपट्यावर ... !! वाटलं, पटकन जावं आणि बारकीला उचलून घ्यावं. ती मागे वळली आणि तिने दार लोटून टाकलं.

संध्याकाळ होत आली, तशी एक एक ऊसतोडे पालात येऊ लागले. बैलांच्या गळ्यातले घुंगरू मोठ्या प्रमाणात वाजू लागले. कोपींची ओळ जिथून सुरू व्हायची ती मोडून एक नवी कोपी सर्व कोपींच्या पुढे उभारलेली बघून लोकांना नवल वाटलं. तितक्यात भिकू दिसली तशी सगळे तिच्याकडे जमले.

"तू आलीस जनू?"

"व्हय."

"आनी दगडू बी आलाय व्हय?"

"त्यो काय. हाय तिथं."

"घरला कळसूबाई राह्यली.. आनी पोरं बी?"

"व्हय."

"ऊसतोड करनार व्हय?"

"व्हय."

"बरा.. काय मदत लागतंय तर बोलीव."

"तुम्मी हायत तर मले काय पन डर न्हाय. म्या करतो काम. उद्याच्याला जायाचं. बा आनी म्या .. बारकी बी हाय संगट."

"काय बी घोर न्हाय. बारकिले बांधू गाडीले झोळण्यात. वाट दावू आम्मी. भिकू, तू लै जीवाची. ये, भाकर तुकडा खा आमच्यासंगट."

भाकर तुकडा खाऊन भिकू आणि दगडू आपल्या कोपीत आले. दगडूने

बाज कोपीच्या पुढच्या भागात मांडली आणि तो आडवा झाला, पुढच्याच क्षणी घोरू लागला. कोपीला दार म्हणून लावलेला पडदा भिकूने बंद केला. बारकीला पाजायला घेतलं आणि तिला अचानक एकटं वाटू लागलं. आज प्रथमच ती शिवाची कामाची जागा बघत होती. इतक्या थंडीत ही सगळी माणसं अशी कशी काय राहतात, असा प्रश्न तिला पडला. जमिनीवरून हात फिरवताना तिच्या मनात आलं...

"हितच राहत होता ना शिवा? त्याचा स्पर्स झाला असल ह्या मातीले, की पावसाने धुऊन टाकला असल? शिवाचं काम आपल्याच्याने व्हईल का? किती तरास घीत व्हता त्यो. आनी घरला आला की किती लाड..! काय काय बाजार घिऊन यायचा. साडी काय, फोन काय, खेळणी काय, बुकं काय, पोरांले कापडं, आनी पावडर, कुंकूच्या टिकल्या. ... गळाभेटीसाटी तर आसुसलेला. म्या बी तशीच. आसुसलेली. ती आस जळून ग्येली आनी मागं फकस्त आसू ठीऊन ग्येली.'

एक मोठ्ठा उसासा बाहेर पडला. त्या शांत वातावरणात तो आवाजसुद्धा फार मोठा वाटला. भिकूने फुंकर मारून चिमणी विझवली. बारकीला थोपटत राहिली. तिची थाप हळूहळू मंद झाली आणि कधीतरी थांबली.

फटफटलं तशी पालावर हालचाली जोरात सुरू झाल्या. जे कोपीत होते त्यांनी एक एक गोष्टी आवरायला सुरुवात केली. आता गाड्या येतील. गडी थकले असतील. त्यांना कढत पाणी मिळायला हवं, अंगाला तेल लागायला हवं.. तयारी सुरू झाली. ज्या कोपीत कुणीच नव्हतं, सगळेच शेतावर गेलेले होते, त्या कोपी निमूट पडून राहिल्या. या कोपी म्हणजे यांची घरं. घरं कसली? त्या तर झोपड्या. झोपड्या पण नाहीत, उसाच्या वाळक्या जुड्या एकामागोमाग एक बांधून भिंती तयार केलेल्या, तर कुठे चार बांबू उभारून त्यांना कापड लावलेलं. दार म्हणजे उघडी जागा. त्याला कवाड हवं, हे माहीतच नाही. फक्त एक जुनी मध्येच फाटलेली साडी अडकवलेली कवाड म्हणून, तर कुठे जुनी चादर.

वस्ती होती शंभर-सव्वाशे कोपींची. आणि प्रत्येक कोपीच्या बाजूला दोन खुंट्या जमिनीत गाडलेल्या. काही खुंट्यांना बैल बांधलेले. कुठे एखादी गाय बांधलेली. क्वचित एखादं कोकरू. प्रत्येक घर स्वतःचं

असल्यासारखं भटकं कुत्रं कधी या दारात कधी त्या दारात मातीत लोळण घेत असलेलं.

दगडू कोपीच्या बाहेर आला. दगडू काठीचा ठप्पा देत देत बाहेर चुलीजवळ येऊन बसला. थंडी मी म्हणत होती. सूर्य उगवला होता; पण त्याची किरणं अजून अंगाला भिडत नव्हती. दूरवर कुठेतरी हरवून जात होती. धुक्याचा एक पांढरा घट्ट पट्टा हवेत तरंगत होता. किरणात हळूहळू विरघळत जात होता. दगडूने डोळ्यांवर हात धरला, दूरवर काही दिसतंय का, याचा अदमास घेऊ लागला. रस्ता शांत होता. दगडूने गोवऱ्या आणल्या आणि त्याचे तुकडे करून विटांच्या तिहेरीत सरकवल्या. आधी बिडी पेटवली आणि मग थोडंसं घासलेट त्या तुकड्यांवर शिंपडून तीच काडी तिथे लावली. भसकन आवाज झाला, एक जाळ निघाला आणि मंदावला. विटांवर त्याने पोचे पडलेलं हिंडालियमचं पातेलं ठेवलं आणि त्यात पाणी ओतून उकळी फुटायची वाट बघत तो बसला. मूठभर साखर आणि दोन बोटं चहाची बुक्की घातली. घोट घोट काळा चहा फुर्र असा आवाज काढत घशाखाली उतरू लागला आणि बिडीचा धूर तोंडातून, नाकातून भसासा बाहेर पडू लागला.

कोपीतून चिरका आवाज आला तशी गुडघ्यांवर जोर देत दगडू उठला आणि आत गेला. बारकीने सगळं अंथरूण ओलं करून टाकलं होतं. त्याने तिला तशीच अलगद आणली आणि कोपीच्या बाहेर दोन काठ्यांवर बांधलेल्या साडीच्या झोळीत ठेवून दिली.

'अवदसा आहे नुसती. जन्मली आणि बापाला खाल्ला. आता मला खा म्हणजे प्वाट भरेल तुझं.'

रडण्याचंसुद्धा त्राण नसलेली बारकी किनरं रडत राहिली आणि दगडूने काठीने एक मोठा झोका दिला तशी गपगार झाली.

गाड्यांचे आवाज येऊ लागले अगदी दूरवरून. मग एक एक गाडी जवळ येऊ लागली तशी चाकांचे हिंदोळे खडखडाट करू लागले. दगड, मातीच्या वाटेवर गाड्या गचके खात येऊ लागल्या. बैलांच्या तोंडाला फेस आला होता. मानेवरच्या जूचा वळ स्पष्ट दिसू लागला. गाड्या उसाने भार झाल्या होत्या. आणि त्या भारावर त्या गाडीचा मालक उभा राहून बैलांना वळण लावत होता. एक सपकारा बैलांच्या पाठीवर, आणि बैल दिशा बदलत होते.

दावणीला बैल लावले गेले. चहा घेऊन आता लगेच गाड्या कारखान्याकडे रवाना होणार होत्या. बैलांना पाणी दाखवलं, उसाचे बेंड[६] बैलांच्या पुढे टाकले गेले. बैलांच्या घशाखाली काही बेंड उतरत नव्हती. तेच-तेच खाणं, त्यांना आता नकोसं झालं होतं. त्यांच्या नजरा शोधत होत्या ताजं हिरवंगार कुरण. मऊसूत गवत.

बैलांकडे पाठ करून भिकू पाळण्यापाशी गेली. तिने बारकीला उचलून घेतलं तशी तिचे हात ओले झाले. म्हाताऱ्याने ओलं दुपटं तसंच ठेवलं होतं हे बघून तिला राग आला.

"कापड का हून न्हाय काडलं? बारकी ओल्यातच राहिली नव्हं? उद्याले आजार धरला तर काय करायचं म्या? ऊस तोडू की बारकिले बगू?"

दगडू एक अक्षरही बोलला नाही तशी भिकू रागाने कोपीच्या आत गेली. दुपटं बदललं. उबेसाठी जवळ घेतलं तशी बारकी तिला शोधू लागली. भिकूने चोळी सारखी केली आणि बारकीला पाजायला घेतलं.

दगडूने पुन्हा आधण ठेवलं.

"आवरायचं का आता?" बाहेरूनच दगडू भिकूला विचारू लागला.

"व्हय. आवरती. आत्ता आले न्हाय तर लागलीच खायाला पायजेल."

"म्हंजे? पोटाला आग पडती नव्हं?"

"पडती तर. माज्या न्हाय ना पडत? जाऊ द्या झालं. येकटीने ऊस तोडायचा, गोळा करायचा आनी वर गाडीवर लादायचा. तरी बरं, गाव हाय सोबतीला."

"मग म्या काय करू? हितं आलो आनी थंडी बाधली तर...येक-दोन दिस सांबाळ. परवापासून येतू."

"कमी तोडला का गं तू ऊस?"

"माझ्याच्याने होतोय तितका तोडला. आता मी आणि गडी मानसात भेद होतोच की! म्या जाऊन येतो आता कारखान्यात. ऊस द्यायचा हाय. नंबर कधी लागंल, कधी गाडी खाली होते माहीत न्हाय. येतो. बारकिले बगा."

"बगतंय. च्या घिऊन जा."

---

६. बेंड : उसाच्या चिपाडाचे तुकडे

बैलांना आता ओझं नको होतं पुन्हा मानेवर. शिंग हलवून हलवून नकार देत होते; पण त्यांचं काही चाललं नाही.

“ऐका माझ्या राजांनो. ऐका. ए माणिक, ए मोती, चला बाबांनो. ए बबन, मी येतोय हो...”

“काय भिकू, ऐकून न्हाय राह्यले काय?”

“तर काय रे बबन?”

“म्या देऊ का जुंपून?”

“नगं, उगा शिंगं उगारतील.”

“चलशील का मग लवकर, लाइन होत्ये मोठी तिथे कारखान्यात.”

“आलोच. चला माझ्या राजा. चला बेगी बेगी.”

कारखान्यात पोहोचेपर्यंत उशीरच झाला. बरीच मोठी लाइन लागली होती. आता एक एक गाडी रिकामी होणार, तेव्हा नंबर लागणार. गडी माणसं तंबाखू चोळत बसले. कुणी विडी काढली. जमू लागले. बैल तसेच ओझं घेऊन उभे राहिले. तासन्‌तास.

भिकूने तिची गाडी पुढे घातली. कुणी काहीच बोललं नाही. गाडी तासाभरात रिकामी झाली तशी बैलांनी मान हलवून जरा मोकळी करून घेतली. भिकू वस्तीत परतली. बैलांच्या मानेवरचं जू खाली उतरलं. त्यांच्या पुढ्यात पाण्याची बादली आली तशी चटचट पाणी संपलं. पुन्हा बादली भरून भिकू गोवऱ्या पेटवू लागली. येताना मेथीची जुडी आणलेली ती हाताने मोडत तिने तव्यावर टाकली. बचकभर मिरच्या टाकल्या आणि मीठ पेरून तिने काटवट पुढ्यात घेतली. बाजरीचं पीठ कालवून मोठ्ठाल्या भाकऱ्या थापू लागली. भाजी उतरवली आणि त्याच तव्यावर भाकरी टाकली. पाण्याचा हात सराईतपणे भाकरीवरून फिरू लागला. निखाऱ्यावर भाकरी उभी करून ठेवली आणि दुसरी भाकरी तव्यावर... यंत्रासारखे तिचे हात चालत होते.

पोटात अन्न गेलं तशी तिला झापड येऊ लागली. बाहेर एक एक गाड्या रिकाम्या होऊन परतत होत्या. गोंगाट वाढत होता. मुलं जागी झालेली होती. दगडांचा खेळ खेळत होती. कुठे कुत्री भुंकत होती, तर गाई हंबरत होत्या. बैल सैलावले होते. शेणातच बसले होते. त्यांचे डोळे आता मिटू लागले होते. वस्तीवर आता दुपार चढत होती.

ऊसतोडवाले शांत झोपले होते. कुणी खाटेवर तर कुणी तसेच खाली जमिनीवर. सूर्य हळूहळू कलत होता.

भूमी दारात उभं राहून पालांकडे बघत होती. नुकतीच शाळा संपली होती. आता तिला काही काम नव्हतं. सगळीकडे बघता बघता तिची नजर भिकूच्या कोपीकडे गेली. ती बाहेरच बसलेली दिसली. तशी तिने हाक मारली. भिकू बारकीला घेऊन तिच्या दाराशी आली.

''मी घेऊ का बाळाला?''

''घ्या की! पन चालल का तुम्हाले? आमी खालच्या जातीतलं.''

''मुलांना जात नसते. दे तिला माझ्याकडे.''

''लै उपकार. कवाची रडत हुती. तिले हिते करमत न्हाय वाटतं. आंग बी जरा कोमट हाय. मले तर भाकरी करायची पन ही बगा ना, जरा सुदिक जमीन नको हिले. काम करू की हिले घिऊन बसू? बा जराबी हात सुदिक लावत न्हाय हिले. दोन-चार भाकऱ्या थापून येऊ का?''

''आरामात ये. पोट भरलं आहे ना हिचं? नाव काय ठेवलं आहेस?''

''कसलं नाव घिऊन बसलात, ताई. बारकी म्हनतो तिले. सगळे मग आता बारकीच म्हनू लागले न् काय.''

''बरं. भूक नाही ना लागायची हिला?''

''नाय, प्वाट भरल्ये. आलोच भाकऱ्या लावून.''

बारकीला हातात घेतलं तसं भूमीचं मन अगदी भरून आलं. एका क्षणात लळा लागला तिचा. मुठी चोखत कधी झोपली हे समजलं पण नाही. 'किती गोरी आहे ही. नीटस आहे. जरा चांगलं खाऊ-पिऊ लागली, बाळसं धरलं की अगदी छान दिसेल. जावळ पण छान आहे; पण अंगाला तेल नाही. धूप नाही. जरा चांगली जोपासना केली तर किती छान... अगदी राजकुमारी दिसेल. ही जोपासना करायची म्हणजे एक प्रकारची उपासनाच आहे. माझ्या उदरी अशी कुणी जन्मली असती तर किती काय केलं असतं तिचं; पण नाहीच. कूस रिकामी ती रिकामीच राहणार.''

''ताई, आलो मी. झालं सर्व, द्या.''

''असू दे गं. झोपली आहे बघ. छान ऊब आली आहे तिला. राहू दे.''

"असं? बरं."

"बैस, भिकू. असं काय गं नाव तुझं?"

"मोठी ष्टोरीये. माझ्या मायची प्वारं जगत नव्हती. तीन प्वारं झाली आणि म्येली. मग कुणी म्हटलं, आता ज्ये प्वार होतंय त्याला भिकू नाव ठिव. म्हंजे भीक मागायची देवीफुडं. जगू दे गं बाय..! जगलं तर भीक मागून जगंल म्हनून भिकू. मुलगा झाला तरी चालतंय, आणि मुलगी झाली तरी चालतंय. मी जगलो. म्हनून मी भिकू. लगीन झालं तरी नाव त्येच ठिवलं. नशिबाचं नाव हाय असं म्हनू लागले बायाबापडे. काय पन नसीब हाय बगा. भिकू, भिकारीच राहायलो नव्हं? आता माजी पाटी कोरीच व्हानार. ह्ये कपाळ कद्दी रंगणार न्हाय."

"खूप आठवण येत असेल ना त्याची?"

"त्येचं काय.. काय सांगायचं ताई? आता म्हणायचं ठीकच. घर उभं करायचं हाय. बारकी सोडून तीन प्वारं हायेत, आवै हाय. आनी बा. लै डूक धरतुया बारकीवर. त्याले वाटतंय की बारकीने खाल्ला शिवा. ही पोर काय कुनाला खाणार व्हय? मारून टाकनार व्हता हिले बा. साप डूख मारून चालता झाला आनी शिवा ग्येला त्याच्या वाटेवर. म्या हाय आता अशीच. असंच जगायले. काय सांगायचं ताई? बस, आता बाकीच्यांना जगवायचं आणि आपण पण जगायचं. जाऊ का आता?"

"उद्याला ये पुन्हा."

"व्हय. जातो ताई."

बारकी गेली आणि कूस रिकामी झाली तरी तिचा स्पर्श, तिच्या शरीराची ऊब बराच वेळ भूमीच्या मांड्यांना जाणवत राहिली. तिच्या डोळ्यांसमोर शिवा तरळला. कुणालाही भूल पडावी असं त्याचं शरीर. दिसायला देखणा. कामाला वाघ. कितीतरी टन ऊस एकटाच तोडायचा म्हणे. हात म्हणजे जणू मशीनच. सपासप वार करायचा आणि एक एक ऊस भुईसपाट व्हायचा. असा कसा गेला? कुणाचं मरण कसं? एक डंख होत्याचं नव्हतं करून टाकतो.

एक डंख...

आपल्या संसारालासुद्धा एका डंखाने पार उद्ध्वस्त करून टाकलं.

भूमीला पुन्हा एकदा शिवा आठवला. त्याचं प्रेम आठवलं. इतकं लाघवी मन कसं काय असू शकतं पुरुष माणसाचं? शिवा असाच एकदा

भेटला होता, भूमीला ते आठवू लागलं.

"काय रे शिवा, इतके लाड करतोस बैलांचे..."

"बैल न्हाईत ह्ये ताई. माजे देव हाईत. पोरांना कमी करन येळ आली तर; पन ह्यानले काय बी कमी न्हाय करणार. ह्ये बगा, मस्त रिबिन आणलीया. शिंगांना बांधायले. कुटून बी बगावं तर ह्ये दिसावे. मान हलवून असं असं करतीले तर रिबिन चमकेल. हाय का नाय?"

"हो रे बाबा."

"कालच्याला बाजार भरला व्हता तर तिथून माळा आणल्या मोत्याच्या. आता गळ्यात घालतो, बगाच."

त्याच्या बैलांच्या माना रंगीत मोत्यांनी सजल्या. त्याचं प्रेम समजून एक बैल त्याचा हात चाटू लागला, तशी शिवा त्याला घट्ट मिठी मारून उभा राहिला.

"समजते त्यांना. व्हय ना?"

"होय रे बाबा, सगळं समजतं त्यांना."

प्राण्यांना समजतं ते माणसांना का समजू नये? हे असंच असतं. नाहीच समजत माणसांना काही; कारण त्यांना बोलता येतं. विषारी शब्द फेकता येतात, त्या शब्दांचा डंख घायाळ करतो आणि आपण घायाळ होत राहतो.

कारखान्याच्या पार टोकाला अगदी दक्षिणेकडे एकामागोमाग एक बैलगाड्या उभ्या होत्या. ऊसतोडे त्यांची खेप यायची वाट बघत होते. बैल मानेवर ओझं घेऊन तासन्‌तास उभे होते. डोळ्यांतला भाव अगदी केविलवाणा. कुणाच्या डोळ्यांतून पाणी येत होतं, तर कुणाच्या तोंडाला फेस येत होता. माश्या त्यांच्याभोवती रुंजी घालत होत्या. जड शिंगांनी आणि शेपटीने जमतील तितक्या माश्या हाकलण्याचा केविलवाणा प्रयत्न चालला होता. ऊसतोडे कारखान्याच्या पाण्याच्या टाकीवर निवांत बसले होते. कसल्या गप्पागोष्टी चालल्या होत्या. ज्याची गाडी क्रेनच्या जवळ तो मात्र त्या घोळक्यात नव्हता.

क्रेन खाली येत होती, एका दमात सगळा ऊस न उचंडळता[७]

---

७. न उचंडळता : न पडता

उचलला जात होता आणि बाजूला वळून मशीनमध्ये टाकला जात होता. क्रेन वळेपर्यंत बैलगाडी पुढे जात होती आणि तिच्या मागे भरलेली गाडी येत होती. हे अव्याहत चालू होतं. एकदा गाडी रिकामी झाली की त्या दिवसाची खेप संपली. उरलेला दिवस जरासा आराम, खाणं, खेळणं, हिशोब करणं. संध्याकाळी पाच-सहाला जेवून घ्यायचं, जरा पाठ टेकायची. सूर्य कलला की पुन्हा बैल जुंपायचे आणि गाडी उसाच्या शेताकडे हाकायची. निघताना सकाळच्या न्याहारीसाठी शिदोरी बांधून घ्यायची. रात्रभर ऊस तोडायचा आणि पहाटेला मुक्कामी पोहोचायचं. कधी पहाटे तर कधी सकाळ, अगदी सूर्य डोक्यावर यायचा परतेपर्यंत. येता येता शिदोरी सोडायची आणि कोरडी भाकरी, कांदा खायचा. उसाच्या राशीवर बसून यायचं. अगदी इतकं उंच वाटायचं तेव्हा की जणू हात भिडतील आकाशाला. मुलं उसावर निजलेली. कुणी गाडीच्या संगतीने पायी चालत... बैलांचे पाय घसरत राहायचे. वाकडे व्हायचे. भार सहन व्हायचा नाही. जर जोडीची गती आणि पायांचा मेळ बसला नाही तर गाडी रस्त्यावरून सरकलीच म्हणून समजा.

भिकूची संसाराची गाडी अशीच सरकली. जोडीच राहिली नाही. एक चाक गाडी किती आणि कशी ओढणार?

भिकू पाठ ताठ करून पडली होती. समोर दिसत होते जोडीचे दिवस.

तिला शिवा दिसू लागला. गोरापान, उंच, तगडा. शेतात काम करताना दंडातल्या बेटकुळ्या वर-खाली व्हायच्या. किती वेळ ती त्या बघत राहायची.

“नजर लावती का गं?”

तो गमतीने विचारायचा. भिकू लाजायची आणि मान खाली घालायची. तिला नेहमी वाटायचं की शिवासारख्या देखण्या माणसाने तिच्यासारख्या सावळ्या मुलीशी लग्न कसं काय केलं?

“काय म्हणतो मी? माझ्याशी पाट कसा काय लावून घेतला तुम्ही?”

“म्हंजे?”

“मी काळी आणि तुम्मी बगा..”

“फकस्त रूप बघून काय करायचं गं म्हणतो मी? गुण बगायचे.”

"येका नजरेला गुण दिसून गेले होय?"

"होयच. आधी लय बगीतल्या ना पोरी. नजर पक्की झाली अन् काय..."

"मी कितवी?"

"असशील बारा की तेरावी.. कुणी गणती केलीये?"

"व्हय का?"

"होयच ...."

मी तेरावी का? तेरावं... !! तेरावं करून आलो हिथं. असा कसा ग्येला? इतका दणकट गडी... तीन वर्सांचा संसार करून ग्येला सोडून? आता ह्ये आयुष कसं घालवायचं? काय पाप होतं कुणास ठाव? त्या बारा जनी सुटल्या जणू. कपाळ सपाट आपलं झालं. जीव तरी का लावावा म्हणतो मी? जायाचच होतं तर जीव का लावावा? जरा मारली असती, बेवडा असता तर हे दुक तरी नसतं पदरी. उलट जीव सुटला म्हणून खुशी झाली असती.

त्याची कव आठवती. घट कव. रांगडा गडी; पण कधी दुखावलं नाय. अलवार घेतलं. फुलावानी. आत्ता हवी होय ती कव, तो अलवार स्पर्श. त्याचा गंध. काय करू म्या? काय करू?

भिकू बेभान झाली. कोपीत एकटीच तळमळू लागली. बाहेर जमीन तप्त होत होती आणि ती आत कोपीत... तिला काही सुधरेना. शांत झोपलेल्या बारकीला तिने उगाच उचलून घेतलं. छातीशी घट्ट धरलं. भूक नसताना तिला उरी लावलं. आणि मग तिला ढसाढसा रडू येऊ लागलं; पण ती सावध होती. बाहेर खाटेवर निजलेल्या दगडूला तिच्या रडण्याचा आवाज ऐकू गेला नाही. तिने कोपीच्या बाहेर आवाज जाऊ दिला नाही. बारकी भांबावली. तिची झोपमोड झाली होती. ती रडू लागली तशी भिकूने तिला पदराखालून बाहेर काढली. थोपटू लागली. जवळच असलेल्या माठातलं पाणी भिकूने ग्लासात ओतून गटागटा पिऊन घेतलं. भिकू थंड झाली. झंजावात मंदावला, तशी ती चटईवर कोसळली. थकून, अगदी थकून.

बारकीच्या रडण्याने दगडूची झोप उडाली. तो चिडला.

"जरा डोळा लागू द्यायची न्हाय ही अवदसा. ए भिकू, गप कर तिला. पाप हाय पाप. माज्या लेकराले खाल्लीन. आता मले खाईल."

भिकू दुखावली. किती वेळा तेच तेच बोलणार आहे बा? म्या माय तिची, मले दुक व्हत असल, ह्ये कसं ध्यानात येऊन राहत न्हाय बाच्या?

ह्या लेकरू काय कुणाला खाणार? ज्याचं जितकं अन्न-पाणी तितकं आयुष. वाटणीचं धान संपलं तशी गेला निघून. कुनाला काय दोस द्यावा? बाय बारकी, कसलं गं नसीब घेऊन आलियास? पोरगा असतीस तर ह्यो म्हातारा असं काय बोलला नस्ता. पोरगी का आलीस बनून बाई?

भिकूला काही कळत नव्हतं. कसे दिवस जाणार? एकटी काय काय बघणार? कशी वाढवणार पोरीला? अजून नाव पण नाही दिलं तिला काही. चार-पाच महिन्यांची झाली तरी बारकी हेच नाव. काय नाव द्यायला हवं तिला? असा विचार करता करता ती बारकीकडे बघत राहिली. बारकी पुन्हा शांत झाली होती. तिच्याकडे बघता बघता भिकूचा डोळा लागला.

कोपीच्या बाहेर दगडू पुन्हा घोरायला लागला होता.

दगडूच्या आवाजाने दचकून जागे झालेल्या माणिक-मोतीनी, कोपीत काही हालचाल दिसत नाही हे बघून सुटकेचा नि:श्वास टाकला आणि माश्या हाकलता हाकलता त्यांचे डोळेही मिटले.

आता थंडीचा खार[८] व्हायला सुरुवात झाली होती. माणिक - मोतीची पाठ थरथरली. बाकी सर्व वस्ती शांत ... शांत...

भूमी पालांकडे एकटक बघत बसली होती. भैया कुणाशी काही बोलत एका पालाबाहेर उभा दिसला.

हा मुकादम म्हणजे आधीचा ऊसतोड कामगारच. पिढ्यान्‌पिढ्या चालत आलेला धंदा. धंदा नाही तर काय? कुठे काही लेखी करार नाहीत. सर्व हिशोब हातावर. किती दिले, किती घेतले, त्याचं त्याला माहीत; पण पोरगा हुशार निघाला. ऊसतोड करता करता मुकादम व्हायचं तर काय काय करावं लागतं, ते सर्व शिकून घेतलं. कुणी त्याला बसवून काही शिकवलं नाही. हाच शिकला आपलं आपण. सुरुवातीला दोन ऊसतोडे घेऊन आला होता. माझ्या चार माणसांसाठी कोपीकरता

---

८. खार : कहर

जागा द्या भूमीताई... असं म्हणत गयावया करू लागला होता. म्हटलं, जाऊ दे. कुणाचं काही भलं होत असेल तर कशाला नाकारा? दिली जागा; पण अगदी पार तिथे, कोपऱ्यात. सोयीची नव्हती जागा; पण काही तक्रार नाही केली. चालतंय म्हणाला आणि दोन ऊसतोडे घेऊन आला. दोन ऊसतोडे म्हणजे चार माणसं कमीतकमी. बाकी जितकी कुटुंबात लहानसहान पोरं तीसुद्धा त्यांच्यातच, त्यांच्या बरोबरीने. शिवाय प्रत्येक कुटुंबाचे दोन दोन बैल कमीतकमी. मग गाई, म्हशी असतील तर त्याही बरोबर. सुरुवातीला दोन कुटुंबं घेऊन आलेला हा मुकादम आता चाळीस चाळीस कुटुंबं घेऊन येतो. तो आता सर्वांचा भैया झाला आहे. कष्टाला कमी नाही करत. आणि सर्वांची काळजी पण घेतो.

बारकी फारच रडते आहे. काय झालं असेल? जाऊन बघावं का? तिच्यासाठी चांगला फ्रॉक आणायला हवा. चार कपडे, छोटीशी गादी, बूट-मोजे, झालंच तर शाल, खेळणी.. आत्ताच जावं आणि सर्व काही घेऊन यावं.

का भिकूचं कोपीचं भाडं माफ करून टाकावं? तिला ते पैसे उपयोगी पडतील; पण मग इतर ठणाणा करतील. उगाच त्यांच्यामध्ये तेढ निर्माण होईल. आपली भावना त्यांना कुठे समजणार? भाडं माफ करते आहे ते बारकीकरता, भिकूचा काही संबंध नाही, हे त्यांना सांगून पण समजणार नाही. नकोच. त्यापेक्षा वस्तू आणून द्याव्यात. दुधाची पावडर, काही टॉनिक्स.

आणि बारकीला नाव पण देऊ. काय म्हणूया तिला? गौरी. हो, गौरी. भिकूला सांगितलं पाहिजे. आजपासून तिला बारकी नाही म्हणायचं. गौरी म्हणायचं.

भूमी खूश झाली. अगदी आनंदी आनंद झाला. तिने लगेच साडी सारखी केली. पर्स घेतली आणि दाराला कडी सरकवून ती बाहेर पडली. अधिऱ्या पायांनी ती भूमीच्या कोपीकडे निघाली. तिच्या दारात पोहोचली मात्र.. थबकली. दगडू खूप काही बोलत होता. नक्कीच आज त्याने दारू प्यायली आहे. त्याचे शब्दच सांगत आहेत. भूमी तिची चाहूल लागू न देता कोपीबाहेर उभी राहून ऐकू लागली.

"आता ह्या पोरीचं त्वांड बगायचं न्हाई मले. सांगून ठिवतो."

"काय करू म्या मग?"

"मले सांगू नगस, इचारू नगस. माझा प्वार खाल्ला आनी आज मोतीच्या पायाला इजा झालिया."

"त्यात हिचा काय दोस म्हणतो म्या? जनमली त्वापासून तू रागराग करत्योस तिचा."

"मग? मुलगा पाहिजेल व्हता, तर ह्यो झाली. झाली तर झाली, लागलीच तीन महिन्यांत बापाला गिळून टाकलं."

"श्येतात साप आला, त्यो काय हिच्यामुळं? मोतीच्या पायाखाली दगुड पडला त्यो काय हिनं ठिवला व्हय? लेकरू उपाशी हाय. मले दूध कमी. तिले मुरड पडली हाय. हगवण लागून लागून पार चेंदा झालाय. आन तू म्हणतो की सारं काय ते हिच करती. आता मले बी म्हणशील, म्या खाल्ला माझा धनी. दिली ना तीन प्वारं घराला. येक मुलगी झाली तर ह्यो तरास?"

"त्ये मले माहीत न्हाय. ही घरला येनार न्हाय म्हंजे न्हाय."

"म्या बी न्हाय येनार घरला मग. सांगून ठिवतो."

"मर."

"आज तू लय प्यायला. म्हनून बोलून झाला. उद्याले बोल हेच. मग दावते."

"प्यायलो ह्ये ब्येस केलं. म्हनून सांगून झालो मनाचं. न्हायतर हिंमत कुठं व्हती? तू असली जहाल बाय. तुझ्याफुडं काय बोलनार ह्यो म्हातारा? कळसूबाई बी कावली हाय तिथं. ती तर वांझ झाली नव्हं. तिचा येकटा पोर ग्येला आनी ..."

"आता रडून दावू नगस. माजी बी येकटीच पोर हाय. मी न्हाय तिले सोडनार. सांगून ठिवतो."

"आनी आता मोतीचं काय? त्याले चालता येईना."

"म्या तर काळजी करून थकलो."

"इकावं लागनार त्याले."

"काय मानुस हाय का कोन तू? पायाला जखम झालीया. चालता येत न्हाय तर डागतर हाय नव्हं? कारखान्यात सांगतो, समदा ठीक व्हईल."

"बैल न्हाय तर काम न्हाय. संपलं आपलं इथलं जीवन. पैका न्हाय

हातात. त्यो भैया देईल तवा. आनी त्याच्याकडं असलमात बी हाय माजी. ग्येला वर्साला घ्येतलेली. त्यो काय हून देईल पैका आता?''

''तरी बी येतीले मदतीला भैया आनी कारखानेवाले. डागतर येईल. हुतोय बरा.''

''आनी ही बारकी.. तिचं काय?''

''झोप आता गप गुमान.. भूमीताईले कळून झालं तर फुडल्या वर्साला हितं येऊ दिनार न्हाय.''

''लय मोठी बाय ती!! येकटी राहती. नवऱ्याले पळवून लावली आनी त्याची समदी इष्टेट घशात घाटली. लै पैका जमवती आमच्या जीवावर. न्हायच यायचं हितं फुडल्या वरीसाला. हां.. येक करता येतंय की. ह्या बारकीला ठिव हितच. ती बाय सांबाळील हिले. लै हाय पैका तिच्यापाशी. आनी ती बी लै लावती जीव हिले. ही बारकी मस्त व्हईल आनी माझ्या मागुचं झांझट खतम व्हईल. तू बी सुटली आनी म्या बी. कारटी लै अपसकुनी हाय. ठिव हितच. गुपचूप निगुन जाऊ.''

''म्हणतो काय? काय जिभेला हाड? जा तू हितून. उतरली की ये भाकरी मोडायला. जा म्हनतीना.''

भूमी थंड पडली. तिला माहीत होतं की ह्या लोकांचं बोलणं काहीही असतं. ते मनावर घ्यायचं नसतं. आज अनेक वर्षं ती काहीबाही ऐकत जगतच होती; पण आत्ता तिला हे सर्व सहन होत नव्हतं. दगडू आता बाहेर येणार हे माहीत असून ती हलू शकली नाही तिथून.

''ही बघ, बाय हितच उबी हाय. तमाशा बगत होतीस काय गं?''

असं म्हणत दगडू विचित्र हसू लागला, बाहेर चालू लागला. चार पावलं- सुद्धा धड चालू शकत नव्हता आणि तिथेच कोसळला. त्याच्या अंगाला धूळ, माती लागली. कसंतरी उठून पुन्हा चालू लागला.

भिकू धावत बाहेर आली. दाराशी भूमीला बघून थक्क झाली.

''या ताई, या.''

''नको भिकू. जाते मी. काही सांगायला आले होते; पण आता तशी काही गरज उरली नाही.''

''हे बगा ताई, मारून घेतो मले. पन ...''

''तुझं काय चुकलं गं? आणि दगडूचं तरी काय चुकलं? जाऊ दे.''

"ताई..."

"नाव द्यायला आले होते तुझ्या बारकीला."

"सांग न ताई.."

"गौरी."

"गौरी? माझी बारकी गौरी?"

"हं!"

"लै भारी हाय ताई. माजी गौराई."

"येते मी."

"ताई, नाव दिले माझे बारकीले, त्वांड तरी ग्वाड कर. गरिबाची भाकरी खा.. ये ताई, ये. आनी घ्या तुमच्या गौरीला. म्या आलोच."

गौरी हातात आली तशी भूमी एकदम विरघळली. तिने मायेने गौरीला हृदयाशी धरलं. एक हलकं हसू गौरीच्या ओठांवर आलं, तशी तिची खळी तिचे गाल खुलवून गेली. भूमी हरखून बघत राहिली. दाराशी पितळ्याच्या ताटात भाकरी-चटणी घेऊन आलेली भिकू त्या दोघींकडे पाणावलेल्या डोळ्यांनी बघत राहिली.

शेंद्रू कोपीच्या बाहेर आला, त्याला बघून भूमी थोडीशी दचकली. भिकू पुढे झाली आणि तिने गौरीला भूमीच्या हातून घेतलं आणि ताट तिच्या हातात दिलं.

"रामराम ताई."

"कसा आहेस शेंद्रू?"

"ठीकच की!"

"झालं जेवण?"

"झालं की. कसला येवढा गलका चालू व्हता गं भिकू?"

"का? ऐकलं नव्हं? मग काय हून इचारतोस? हमेशाचं. आज प्यायला नव्हं म्हातारा.. मग काय? झाला बेफाट. आमच्या नशिबाला अजून काय असनार?"

"दगडूबा लै कावलाय. आज जरा जास्तीची झाली. सोड तू. उद्याले येकदम झ्याक आसल. ताई, काय वंगाळ वाटून घिऊ नको. ह्ये आमच्यात हमेशाचं हाय. काय बी बकतो आनी मग फुडल्या खेपेला मान खाली घालून बसतो."

यावर भूमी काहीच बोलली नाही. घास गिळत राहिली. तरी त्या भाकरीची चव जिभेवर राहिलीच. इतकी गोड कशी काय लागू शकते भाकरी? तिखट दाण्याची सुकी चटणी आणि भाकरी. ही मोठी. गोलाकार. तव्यावरून उतरवली की चुलीपाशी उभी राहते. तशीच फुगते पण पडत नाही. लाकडाच्या राखेचा सुगंध आहे भाकरीला.

"आणू का भाकर?"

"नको गं. पोट अगदी भरलं बघ. तू घे आता जेवून."

"ताई, मघा ऐकलं ते इसरून जा. म्हातारा तारेत व्हता. न्हाय तर असं कायबाय बोलायचा न्हाय त्यो. खूप मान हाय त्याला तुमचा."

"माझं सोड, पण गौरीचं काय? किती वाईट बोलत होता दगडू!"

"सोडा. ह्ये असंच असायचं."

भूमी कोपीच्या तांड्यातून बाहेर पडली. कुठे जावं काही सुचेना. घरी जायची इच्छा होत नव्हती. त्या रिकाम्या भिंती निदान आत्ता तरी तिला बघायच्या नव्हत्या. मुख्य रस्त्याला लागली तशी कारखान्याची अव्याहत चालणारी घरघर तिच्या कानी पडली. आत्ता तिला तोही आवाज नकोसा झाला. ती चालत राहिली. अगदी तो आवाज दूर दूर होत शांत झाला, तिथपर्यंत.

प्रवरा नदी वाहत होती. नदीला अगदीच कमी पाणी होतं; पण होतं. पाण्याचा अगदी थोडासा खळखळाट चालू होता. ती काठाशी बसली. संध्याकाळ होत आली होती. ऊन जाणवत होतं. आता थंडी कमी झाली होती आणि सूर्याने आपली उग्रता दाखवायला सुरुवात केलेली होती. तरीही ती तशीच बसून राहिली. जरा वारं होतं म्हणून ठीक.

आता पाऊस पडेपर्यंत नदीला हे असं इतकंच पाणी राहणार. कदाचित कमीच होत जाईल. सूर्य सगळं पाणी शोषून घेणार. आणि मग नंतर उदार होऊन ढगांच्या आड लपून त्या पाण्याला धो धो खाली फेकणार. सगळं गाव चिंब होणार.

"गाव चिंब होईल, पण आपण मात्र कोरड्याच राहणार. किती पावसाळे आले आणि गेले. कधी भिजल्याचं आठवत नाही. तो होता तेव्हा भिजण्यात आनंद होता. तो गेला आणि आपलं ओलं होणं संपून गेलं. शुष्क झालो आपण. मग ढगांनी किती टाळ्या वाजवल्या, ढोल

वाजवले तरी कधी ऐकू आले नाहीत.''

कानात तेच ढोल वाजत राहिले. अगदी आत्तासुद्धा वाजतात क्वचित. त्या ढोलांच्या थापेने आपला संसार थोपवून धरला. का नाचतात बायका अशा? कुठल्याही पुरुषांसमोर? किती हावभाव, किती ते नजरेतून संकेत..!! आणि त्या नजरांना भुलणारा तो.

गावात कनात काय उभी राहिली, सगळ्या पुरुषांची पावलं रोज रात्रीला तिथे वळू लागली. तमाशा रंगात येऊ लागला. सगळ्यांचे खिसे भरलेले होते. रिकामे होण्यासाठी आतुरलेले. हे पण त्या फडाचं गणित. कारखाना बंद होतो आणि लगेच गावात कनात उभी राहते. सहा-सात महिने अव्याहत चालणारा कारखाना सर्वांची मनं गोड करून टाकतो अगदी.

तो गेला मन आणि तोंड गोड करून तिथे. पहिला दिवस, वाटलं, जाऊ दे. सहा-सात महिने मान वर करायलाही उसंत मिळाली नाही. आता जरा कुठे मोकळा झाला आहे, तर का नको म्हणा? मग आला तो अगदी रंगात होता. ती रात्र विसरता येत नाही अजून. किती भरभरून दिलं आणि घेतलं. मग दुसरा दिवस. वाटलं जाऊ दे. आजची रात्रसुद्धा उधळून टाकू. झालंही तसं. मग दिवसही उत्साहात जाऊ लागले. तिसरी, चौथी... पंधरावी.. विसावी..! उधळायला काही उरलं नाही तोपर्यंत. भीती वाटू लागली रात्रीची. नकोच व्हायला रात्र. धडकी भरू लागली. बाविसावी.. पंचविसावी.. शेवटी नाकारलं. दोन रात्र, पाच रात्र..! मग हक्क सुरू झाला. गोड तोंड तिखट होऊ लागलं. शेवटी जाळजाळ झालं. आणि मग गालावर एकच चपराक पडली. आणि मग? कनात मोडायचा दिवस, कनात मोडली, आणि इथे आपण मोडलो. दार सताड उघडं टाकून तो निघून गेला. आज येईल, उद्या येईल, असं म्हणत एक एक दिवस... एक एक दिवस!!

मग दिवसांचा हिशोब राहिलाच नाही. एक मात्र वाटत राहिलं.. इतके दिवस जे काही भरभरून दिलं-घेतलं, त्यात आपली कूस कशी काय नाही भरली? गावाला विषय मिळाला. वांझ बायको, तर मग गडी सोडून जाणार नाही तर काय करणार?

वांझ म्हणून गावाने शुभ प्रसंगांना बोलावणं बंद केलं. मग आपणही घराचं दार घट्ट मिटून टाकलं. ते घर, जे आपलं नव्हतं, पण खंबीर राहिलो. घराबाहेर काढायला आलेल्यांना पुरून उरलो. सरळ सांगितलं, सिद्ध करा,

मी वांझ आहे म्हणून. की मी सिद्ध करू की मी वांझ नाही म्हणून?

मग सगळे चक्रावले. कुणी कुणी आलं नाही. ना कुणी नातेवाईक राहिले, ना आई-वडील. सगळे आहेत; पण आपल्यासाठी मात्र कुणीही नाही. कशी राहते मी त्या घरात? कशी जगते? काही विचारणा नाही. आपणही नाही गेलो काही सांगायला. एक दिवस सासरा आला आणि म्हणाला, "हे तुझं शेत. हे घर तुझं आता. जगायला इतकं पुरेसं आहे तुला. चुकलं आमचं. आमचा पोरगा बाहेरख्याली निघाला. उशिरा अक्कल आली. आता झालं-गेलं सोडून दे. तू जग. कुणीही तुझी मालकी नाकारणार नाही यापुढे. आणि कुणी तुला त्रास देणार नाही आता."

सासऱ्याला विचारलं, "मी वांझ नाही हे पटलं?" त्याने डोक्यावर हात ठेवला. डोळे पुसत निघून गेला. तेव्हा वाटलं होतं, त्याला ओरडून सांगावं, की हेच तुम्ही अख्ख्या गावाला सांगा, की माझी सून वांझ नाही. पोरगाच पुरुष नव्हता.

पण त्या वेळी सासऱ्याची दया आली. आपल्याला आपलं स्त्रीत्व मिळालं याचाच आनंद झाला. आणि एक आनंद झाला की ते स्त्रीत्व आपण कधी सिद्ध करण्याच्या भानगडीत पडलो नाही.

एक दगडू काय बोलला आणि आपण अख्खा भूतकाळ फिरून आलो. आपलं पण काहीही चालू असतं हे असं. नदी कसं, पाणी वाहून नेते, काही काही साठवून ठेवत नाही. आपण तिच्यासारखं व्हायला हवं. प्रवाह. जे काही काठावर उरलं आहे, त्याच्याकडे मागे वळून न बघता वाहत राहायला हवं. असा दगडूसारखा एखादा कचरा आलाच प्रवाहात, तर त्यालाही काठावर टाकता यायला हवं.

दिलं टाकून.

निघा आता.

भूमी उठली. तिने प्रवरा नदीला अगदी वाकून नमस्कार केला आणि काठावर साठलेल्या गाळावर पाय रोवत ती चालत राहिली. तिच्या पावलांचे ठसे गाळात रुतत गेले.

"ताई,"

"काय रे शेंद्रू?"

“पैशे द्यायचं हायत.”

“हं. ये, घरी ये.”

“आत्ताच्याला येऊ काय?”

“चल ना, विचारतोस काय?”

“ताई.”

“काय?”

“बसू का?”

“बस रे. कसा आहेस? चिमा कशी आहे? शाळेत येते; पण फार अभ्यास करत नाही. अरे शेंद्रू, तू नाही शिकलास; पण आता निदान तिला तरी शिकायला हवं ना? इतर मुलं बघ, खूप करतात अभ्यास. तिने मोठं होऊन काय करायचं? हेच? इतर बायका करतात तेच करत राहायचं का? ऊस तोडलेले गोळा करायचे, गाडीवर चढवायचे. रात्री-अपरात्री कामाला निघायचं. चूल, मूल.. हेच करायचं का तुझ्या चिमाने? हुशार आहे पोरगी. नीट शिकली तर ...”

“पाट लावायचं म्हणतु.”

“काय? पुन्हा? अरे किती वेळा लग्न करशील? अरे, मी सांगत्ये काय आणि तू बोलतो आहेस काय? ये, इथे असा आत ये. बैस. चहा घेणार आहेस का? घे. मला हवाच आहे. आणते. मग बोलू.”

शेंद्रू भूमीचं घर बघत राहिला. किती जुनं असेल? काहीच डागडुजी केलेली दिसत नाही. रंग उडाला आहे. काळपट दिसतात भिंती. खुर्च्या पण जुन्याच दिसत आहेत. झोपाळा मात्र छान आहे. भूमीचं घर म्हणजे अगदी जुना वाडा. एकटीच राहते. लाकडी जुन्या पद्धतीचा दरवाजा. आडव्या खुंट्या. कधी कुलूप लावते, तर कधी लावत नाही. तसंही कुणी इथे फिरकत नाही आणि जरी आलं तरी काही फरक पडत नाही. समोरच कारखाना. जाग असतेच. शिवाय, तिच्याकडे असणारे तिचे दोन लाडके कुत्रे. कधी बांधून ठेवत नाही. पाळले आहेत असं म्हणावं तर घरात असतातच असंही नाही. लहर येईल तेव्हा घरी येतात, नाही-तर फिरत असतात कुठे कुठे; पण रात्र झाली की मात्र भूमीच्या वाड्याच्या अंगणात परतून येणार हे नक्की. त्यांच्या जागा पण ठरलेल्या आहेत. तिथेच झोपणार. भूमी त्यांच्या खाण्याच्या थाळ्या रात्रीला भरून ठेवते. पाण्याची दोन भांडी वेगळी ठेवलेली असतात. बंधन

आहेसुद्धा आणि नाहीसुद्धा. राम आणि भरत अशी नावं ठेवली आहेत तिने त्यांची.

कुत्र्यांची नावं आठवून शेंद्रू उगीच जरा हसला.

"का रे, काय झालं? हसतो आहेस?"

"त्ये खास काही न्हाय खरं.. उगाच तुमचे राम, भरत आठवले. ही कसली नावं हो?"

"का?"

"ताई, देवांची नावं आणि कुत्र्यांना?"

"माणसांना अशी नावं देण्यापेक्षा प्राण्यांना दिलेली केव्हाही चांगलं. माणसं रामासारखी वागत नाहीत आणि भरत ज्या प्रेमाने राम-सीतेची पूजा करायचा तशी पूजा कुणी माणूस आपल्या भावाची, वहिनीची करत नाही. कुत्र्यांना मात्र जाण असते. ते इमानी असतात. न बोलता साथ देतात. सोडून जात नाहीत. परतून येतात घरी. जाऊ दे, चहा घे. हां, तू काहीतरी म्हणत होतास ना. ते पाट लावायचं..."

"काय करू ताई? ग्येली दोन वर्सं बघता ना तुम्ही? म्या आणि बाप दोघंच येतो नव्हं ऊसतोडीला. हाय का साथ कुणाची? ती लक्ष्मी बगा, ईरा बगा, समद्याच बगा, येत्यात त्यांच्या दादल्यांच्या संगतीने हितं. हातभार लावत्यात. संसार करत्यात. आता ह्ये जीवन हायच कस्टाचं. त्याले कोण काय करनार? पण हातावर प्वाट हाय तर हात चालवायला नगं? माजी चिमा, पहिल्या बायकूची. काम न्हाय करायचं तर पाट कसाले लावला म्हणतु म्या. दिली घालवून. राजरोस काडीमोड घ्येतला. पोरीला मागित हुती; पण जाम न्हाय म्हणालो. माजी लेक हाय ती. म्या बगीन तिचं. ग्येली निमूट. मग दुसरा पाट लावला. येक पोरगी झाली अजून. हाय आता सहा महिन्यांची. पन ती बी तसलीच. यायचं न्हाय म्हनाली. मग मात्र माजं टकुरं भिरभिरलं. न्हाय तर न्हाय. आता तिलेबी सांगितलं हाय, गप गुमान निगुन जायाचं. लेक ठिव न्हाय तर घिऊन जा. मी काय नांदवायचो न्हाय तिले. पाट लावताना ठाव होतं तिले की म्या ऊसतोड करणारा गडी हाय. तरी बी ह्ये असं."

"नसेल झेपत तिला."

"आनी मंग काय फकस्त फतकल मारून जगायले जमतं? माझी माय आता न्हाय येऊ शकत. लै खपली ती. आता व्हत न्हाय तिच्याने,

तर हिने करायला नगं?''

''म्हणून सोडून देणार तिला?''

''मंग काय तर?''

''तुम्हा पुरुषांना हे बरं जमतं. जरा काही मनाविरुद्ध झालं की सोडून द्यायचं बायकोला. काही विचार नाहीत. कशी जगेल ती नंतर? समाजात तिला काय स्थान राहणार? नातेवाईक जवळ करतील की नाही? काही म्हणजे काही विचार करत नाही तुम्ही पुरुष. सोयीचं असेल तर बायको चालते. जरा कुठे काही खुट झालं की लगेच ती नकोशी. किती शिका, कितीही चांगली नोकरी करा, की कामगार असा, मूळ वृत्तीत काही फरक पडत नाही तुमच्या. शिकलेले असा की नसा. या बाबतीत अडाणीच.''

''ताई...''

''पैसे आणलेस?''

''व्हय...''

''ठेव तिथे आणि चहा पिऊन झाला असेल तर जा आता. मला कामं आहेत.''

''जी.''

शेंद्रू मुकाट्याने बाहेर पडला. आपलं काय चुकलं हे त्याला समजलं नाही. भूमीताई नेहमी आपलं ऐकून घेते. सर्वांच्या सुख-दुःखात सामील होते हे त्याला माहीत होतं. त्याने अनुभवलंसुद्धा होतं. नाही म्हटलं तरी आज पाच-सहा वर्षं तो तिला बघत आलेला आहे. शांत, संयमी, आज अशी का चिडली? हाच प्रश्न त्याच्या मनात राहून राहून येत होता. पुढच्या वर्षी ती इथे जागा देईल ना? इथे कोपी बांधता येईल ना? हे काय झालं भलतंच?

विचारात गढलेला शेंद्रू त्याच्या कोपीत आला. मिट्ट काळोख होता आत. चिमणी लावायची राहिली होती आणि त्याचा म्हातारा कोपीत नव्हता. बैलांना चारा घातलेला दिसत होता. पाणी पण ठेवलेलं होतं. मग म्हातारा गेला तरी कुठे? अचानक कुणी कमरेला मिठी घातली तशी तो दचकला.

''चिमे, काय गा, कुठे ग्याली व्हतीस? आणि तुझा आजा कुठं हाय?''

"चिलीम भरतुया. त्या तिथं. आबा, मले बाहुली घेतली का?"

"घेतो ना उद्याले."

"न्हाय. आत्ताच हवी."

"आणेन गा. जा, बाहीर खेळ. म्या जेवणाचं बगतू."

"मी नाय जा."

"जा म्हणतु ना, का द्येऊ येक धपाटा?"

चिमा हिरमुसली झाली. बाहेर गेली. कोपी पुन्हा काळोखाने भरून गेली. शेंद्रू तसाच बसून राहिला. या बिनआईच्या पोरीला वाढवायचं म्हणजे एक कठीण काम आहे, हे त्याला पुन्हा एकदा जाणवलं. मन मागे मागे गेलं. अगदी पार.. मागे... दगडवाडीत.

दगडवाडी.

गावाच्या नावातच दगड. मग तिथे दगड नसतील असं कसं होईल? डोंगराळ भाग. कुठे उंच, कुठे सखल; पण दगडवाडी मात्र डोंगराच्या पायथ्याशी आहे. दीडशे-दोनशे उंबरठे असलेलं गाव. हनुमान आणि मोहटादेवीचं मंदिर, गावाच्या वेशीपाशी राखणदार, त्याचं मंदिर, अगदी लहानसं. भैरोबाच असणार तो. तो गावाची राखण करतो म्हणजे नक्की काय करतो? तोच जाणे; पण आहे तो तिथे. लोक जाता-येता नमस्कार करतात. कुणी एक सकाळ-संध्याकाळ तेलाने माखलेल्या पणतीत तेल घालून ज्योत पेटवून जातो. कुणीही. असं काही ठरलेलं नाही. ज्योत जळताना दिसली तर दुसरा दिवा लावायला आलेला नमस्कार करून निघून जातो. सगळ्या गावात असतो तसा भला मोठा पिंपळ आहेच. पिंपळ तर काय हल्ली कुठेही असतो. रस्त्याच्या कडेला, इमारतीच्या भिंतीत, कुठे छपरावर.. कसाही उगवतो, आपली मुळं रोवतो. वेडावाकडा वाढतो, भिंतींना तडे जाईपर्यंत.

पण, गावातला पिंपळ हा वृक्ष असतो. त्या पिंपळाच्या भोवती जसा पार असतो, तशाच अनेक दंतकथासुद्धा असतात. हा पिंपळ अगदी शतकानुशतके जुना असतो. अनेक भुतांचं घर असतं त्यावर. आणि ही भुतं माणसांनीच निर्माण केलेली असतात.

एक वड पण असतो. चांगला जाड बुंध्याचा. आणि त्याला अनेक दोरे गुंडाळलेले असतात. काही काळेकुट्ट झालेले असतात. किती

वटपौर्णिमा त्याने बघितल्या असतील आणि किती जणी विधवा झाल्या असतील, त्याला काही गणती नाही.

भटकी कुत्री असतात अशा गावात आणि हजार वेळा रस्ता ओलांडणाऱ्या मांजरीसुद्धा असतात. दहा पावलं मागे जात जात पुढे जाणारी माणसं मांजरींना चार शिव्या हासडतात आणि कामाला लागतात. पहाटेपासून कधीही कोंबडे आरवत असतात. हल्ली त्यांनासुद्धा वेळेचं भान राहिलेलं नसतं.

गावात तसं सगळं छान असतं. प्रत्येकाची जमीन असते. शेती असते. प्रश्न असतो तो फक्त पाण्याचा. जर पाऊस चांगला झाला असता तर दगडवाडी सुखात असती. पाणी नाही तर काही नाही. म्हणून मग ऐंशी टक्के गाव ऊसतोड करायला बाहेर पडतं. सहा महिने गावात आणि उरलेले सहा महिने ऊसतोड. असं हे आयुष्य.

शाळा आहे पण ती दोन-अडीच मैलांवर. ज्यांना शिकायची हौस आहे अशी मुलं नाचत नाचत हे अंतर चालून जातात. ज्यांना शिकायची हौस नाही अशी मुलं पाय घासत घासत हे अंतर चालत जातात.

कडकडीत ऊन आणि हाडात शिरणारी थंडी असे दोनच मोसम प्रमुख. पावसाने उदारता दाखवली तर ते वर्ष आनंदाने नाचतं.

तरीही दगडवाडी आनंदात जगते. प्रत्येक माणूस प्रत्येक माणसाला अंतर्बाह्य ओळखून असतो. गाव लहान असलं की हे असंच होतं. कुणाचं काहीही खासगी असं राहतच नाही. एकमेकांना नावं पण ठेवायची आणि प्रसंगी एकमेकांसाठी उभं पण राहायचं. इथे प्रत्येकाची दुःखं तशी समानच आहेत. आता शेंद्रूचंच बघायचं म्हटलं तर...

हा ऊसतोडीचा व्यवसाय म्हटलं की ... वर्षाचे सहा महिने घराबाहेर आणि सहा महिने घरात. निम्मं आयुष्य कोपीत, निम्मं आयुष्य झोपडीत. हां, आता कुणाकुणाची आहेत मोठी घरं. बापजाद्यांनी बांधलेली. कुणी आता प्रयत्न करत आहे घर बांधण्याचा. सर्व भिस्त मोहटादेवीवर. ती प्रसन्न झाली तर सर्व काही होणार, असा रास्त विश्वास आहे. गंमत म्हणजे गावातल्या सर्व बायका मोहटादेवीची भक्ती करतात. मांस, मच्छी खात नाहीत; पण गावातले पुरुष मात्र खातात. बायका स्पर्शसुद्धा करत नाहीत मांसाहाराला तर पुरुष स्वतः शिजवून घेतात, खातात; पण भक्ती त्यांचीसुद्धा आहे.

ही देवी म्हणजे फक्त चेहरा, गोल गरगरीत, मान दिसतच नाही; कारण चेहरा जिथे पूर्ण होतो तिथे लगेच दागिने सुरू होतात. कंठी, हार, पूर्ण गळा भरलेला. मूर्ती इतकीच आहे; पण तिची महती मात्र फार मोठी आहे. रेणुका देवी हे रूप घेऊन आलेली आहे अशी कहाणी आहे. आणि अजून एक आख्यायिका आहे. रझाकाराच्या काळातील घटना आहे. एक दिवस मोहटा गावात वाट चुकलेल्या म्हशी आल्या. ग्रामस्थांनी त्यांचा सांभाळ केला. जो कुणी मालक असेल तो येईल आणि घेऊन जाईल अशी त्यांची भावना होती; पण कुणीच आलं नाही. मोंगलांच्या नोकरदारांना ही गोष्ट समजली; तशी त्यांनी चोरीचा आरोप लावला. ग्रामस्थांनी देवीकडे याचना केली. आणि नवस केला की यापुढे गाई-म्हशींचं दूध, तूप विकणार नाही; पण या संकटातून सोडव. देवीला नवसातील सच्चाई जाणवली. दुसऱ्या दिवशी ग्रामस्थांना अटक करायला शिपाई आले, आणि बघतात तर सर्व म्हशी पांढऱ्या रंगाच्या..!! या त्या म्हशी नाहीत, असं म्हणून शिपाई निघून गेले. एका रात्रीत काळ्या म्हशी देवीच्या कृपेने पांढऱ्या रंगाच्या झाल्या होत्या. ग्रामस्थ सुटले आणि त्या दिवसापासून गावात कुणी दूध- तुपाची विक्री केली नाही ती अगदी आजपर्यंत.

अशा या मोहटादेवीवर सर्वांची श्रद्धा आहे. अगदी आजही.

मोहटादेवीवरची श्रद्धा कुठे कमी पडली आपली? काय झालं हे आयुष्याचं? शेंद्रू पार कावला होता. काही केल्या जुन्या आठवणी त्याला स्वस्थ बसू देत नव्हत्या. विचारांचं जाळं त्याच्या कपाळावर उमटलं होतं. भाकरी शेकता शेकता हात भाजला तशी तो भानावर आला.

“भाकरी जाली नव्हं?”

“व्हय बा.”

“चिमा कुटं हाय?”

“आसल. तू खा, म्या आणतु तिले.”

शेंद्रू कोपीबाहेर आला. चिमाला हाका मारू लागला.

“काय रं?”

“चिमाले बगितलं का रे रवि?”

“न्हाय. आसल. जेवला का?”

“न्हाय.”

“काय झालं? बरा हायस न्हवं?”

“काय समजेना रे. आता एकट्याने काय व्हत नाय बग. आता घरला जाऊ तर पाऊस न्हाय, तर श्येत न्हाय. पानी न्हाय गावात. बैलांना पानी कुटून द्यायचं जवा मानसाले प्यायला पानी न्हाय. शेवंती बी यायची आता घरला. तिले तर काय काम करायचं न्हाय. कळसूबाई आजारी असती तर तिच्याच्याने व्हत न्हाय. म्या येकटा करू तरी काय काय? लय थकायला जालंय बग.”

“चंद्रा असती तर...”

“नाव काडू नगस तिचं. तिने पाट लावला म्हाईत हाय नव्हं? आता म्हने बंगल्यात राहते. पोरीची आटवन तरी हाय का तिले?”

“तूच दिली न्हाईस नवं चिमिले.”

“मग काय करायला हवं होतं? चिमा जनमली तवा किती खूश होतो आम्मी. काय बिनसलं राव? कशी काय सोडून ग्येली चंद्रा?”

“तुले समजलं न्हाय. लै उड्या मारीत व्हतास तवा. देखनी बायको, त्यात सासऱ्याने लै हुंडा दिला. मग काय? तुजं पाय भी आभाळात गेल्येलं. जरा इचार करायचा हुतास. आपली तितकी औकात हाय का? कशी नांदणार ती? बड्या घरची व्हती.”

“व्हती. मान्य. पन मग तिच्या बापाने तिला माझ्यासंगट पाट लावायला कसा काय दिला? त्याले माहीत व्हतं की आपण ऊसतोडे आहोत. तोलामोलाचे आहोत की न्हाय ह्यो इचार त्याने नगं करायला? अवघ्या अडीच वर्सांचा संसार करून ग्येली निगुन.”

“तू जरा खूश ठिवायला हवं होतं तिले.”

“मंजे काय? ठिवलं ना. जत्रेला न्येली. त्ये पन मोहटादेवीच्या. किती खर्च क्येला तवा. नवी साडी, बांगड्या, जोडवी काय काय घिऊन दिलं. त्ये दिवस लै झ्याक ग्येले. मग त्याच वेळीस गर्भार राहिली तशी मायने किती लाड केल्ये तिचे. काय बी काम करू दिलं न्हाय. आता पोरगी झाली तरी माय-बा काय बोललं न्हाय. आपल्यात असं हुतंय व्हय? पोरगी झाली की लागलीच नावं ठिवतात. काय लाड न्हायत, अन् काय न्हाय. पन तसं क्येलं का? चिमाला बगून मायने तर लक्ष्मी नाव ठिवलं. तिच्या पायानं घरात लक्ष्मी आली असं म्हनाली. कोणती सासू असं करती? आनी मग आलो हितं. चिमिले घेऊन. चिमा, म्या

आनी चंद्रा. आता आपल्याला दुसरा काय मार्ग हाय का? हातावर प्वाट आपलं. ह्ये सहा महीनं मेहनत घ्यायची, तवा कुटं वर्स सुकानं जातंय.''

''पन तू चंद्रावर हात उगारलास...''

''मग काय? तोडीला यायचं न्हाय म्हनाली. जेवण शिजवणार न्हाय म्हनाली. चिमाला पन घ्येत नव्हती. मग फिरलं टकूरं. जा म्हनलो, तशी खरंच ग्येली. चिमाला नेत व्हती. पन हितं माज्यासमोर हात लावत नव्हती चिमिले तर माझ्या मागं काय क्येलं असतं? न्हाय दिली चिमिले. काय चुकलं?''

''त्ये बी खरंच आहे म्हना.''

''तू बगितलं ना तवा तुझ्या डोळ्यांनी समदं?''

''व्हय.''

''तरी म्हनतूस म्या तिले नांदवायला हवं हुतं?''

''चिमासाठी. बाकी काय न्हाय. तुझं गड्या नशीबच असं. आता शेवंती पन तशीच निगाली.''

''पोरगी जाली पुन्ना. तरी माय-बा काय बोलले न्हाईत. ती तर येकदा बी आली न्हाय हितं. जाऊ दे तिले पन माहेरला. राहीन मी येकला.''

''जवान गडी हायस. पाट लावायचा म्हनतूस ना?''

''हुंडा घ्येतल्या बिगर न्हाय लावनार.''

''बग, कसं जमतंय. ही बग, चिमा आली. आता जरा खाऊन घ्ये. रातच्याला बोलू.''

शेंद्रू कोपीबाहेर पडून होता. आता झोपण्यात काही अर्थ नाही, हे त्याला माहीत होतं. तीन-चार तासांत तोडीला जावं लागणार होतं. आणि तशीही त्याला झोप येत नव्हतीच. चंद्र डोक्यावर आला होता. वाकळ अंगाला घट्ट लपेटून तो उगाच पडून राहिला. चंद्राकडे बघून उगाच चंद्रा आठवू लागली. चांदणं आणि चंद्रा, थंडीचा पूर, आणि त्याचं अंग मात्र तप्त व्हायला लागलं. उगाच नाही नाही ते विचार येऊ लागले. त्याने मोबाइल काढला आणि एक एक चित्र वर-खाली सरकवू लागला. बघता बघता अजून तप्त होत गेला, तशी अचानक त्याने वाकळ दूर केली. खिशातून डबी काढली, तंबाखू-चुना हातावर मळला आणि दाढेखाली घट्ट आवळला. थोड्या वेळाने पचकन थुंकला. तसं

त्याचं शरीर थंड होत गेलं. थंडी अंगात मुरू लागली. वाकळ अंगाभोवती घट्ट आवळली गेली.

चंद्र डोक्यावरून खांद्यापाशी सरकत होता.

कुठलातरी कोंबडा आरवला आणि त्याच वेळेस कारखान्याचा भोंगा वाजला. भूमीला जाग आली; पण ती तशीच पडून राहिली. घराचं छत दिसत होतं. कुठे कोळिष्टकं जमली होती. कौलं तुटली होती. तिथून एक बारीकसा कवडसा आत घुसायचा प्रयत्न करत होता. या वर्षी पावसाळ्याआधी कौलं शाकारून घ्यायला हवीत. घर जरा स्वच्छ करायला हवं. तिने भिंतीकडे बघितलं. त्या जणू तिला सांगत होत्या, रूपरंग दे गं आम्हाला.

सतत काहीतरी मागत राहायचं, किती हट्ट करायचा तो? कितीही केलं तरी तुला ते अपुरंच; पण रागावू नकोस, या वर्षी तुझा हट्ट पुरा करणार आहे. मस्त रंगवणार, कौलं बांधणार आणि तुझ्या दाराला तेलपाणी पण करणार. खूश?

घराने मान हलवली, घर हसू लागलं.

"ताई, अवो ताई.. दार उगड ताई."

"काय गं भिकू, काय झालं?"

"ताई, बा लै तरास देतुया. ह्यो आता काय येगळाच करून झाला हाय. गौरीले तर हात बी लावत न्हाय. कालच्याले घरला फोन करून सांगीत व्हता, बारकिले आणनार न्हाय म्हनून. म्या आय हाय तिची, त्ये बी समजत न्हाय. शिवाची ही शेवटची निसानी. काय करू म्या?"

"रडू नकोस. अगं, फक्त म्हणत असेल; पण तसं वागायचा नाही तो. मनाने चांगला आहे."

"व्हय. पन या खेपेला लै बिगडला हाय. ऊसतोडीला जात व्हतो तर रोजच्याला किटकिट."

भिकूला उमाळे येत राहिले, सर्व काही सांगून मोकळं होत राहिली. भूमी ऐकत राहिली. तिला ऊसतोड्यांची मेहनत माहीत होती.

आपलं घरदार सोडून यायचं. कुठल्यातरी ठिकाणी तात्पुरतं घर उभारायचं. सोयी अशा काही नसतातच. रात्री अथवा दुपारी जरा

आराम करता यावा म्हणून एक उभारलेलं छप्पर. घराच्या आजूबाजूने थोडंसं अंगण म्हणून जागा सोडून पुढे मातीचं उंबरठ्याइतकं कुंपण बांधायचं. उगाच, घराची हद्द दाखवायला. तिथे उघड्यावर चूल मांडायची आणि अन्न शिजवायचं. प्लॅस्टिकची मोठाली पिंपं घरून येताना घेऊन यायची. बादल्या, तांब्ये, टब.. सर्व काही आणायचं. रोजच्याला लागेल इतकं पाणी भरायचं. अगदी दूरवरून. कधी विहिरीतून तर कधी नदीवरून, तर कधी सार्वजनिक नळावरून. त्या नळाच्या आजूबाजूला किमान पंचवीस-तीस बादल्या, प्लॅस्टिकचे गुलाबी, निळे, हिरवे हंडे एका- मागोमाग एक लावून ठेवलेले असतात. अगदी कायम. पाण्यासाठी कुणी कुणाशी भांडत नाही, हे एक चांगलं आहे. नळाचं पाणी थांबलं आणि जर कुणाला मिळालं नाही तर गुमान नदीवर जायची तयारी असते. तिथेच मग कपडे धुवायचे, अंग धुवायचं. कुणी बघत नाही .. कारण सर्वांच्या नजरांना सवय झालेली असते. शिवाय, आपल्याच गावच्या लेकी-सुना असतात. मग कोण कशाला बघेल? आणि ह्या इथली माणसं? त्यांना काही रस नसतो. रंगाने काळ्या, हाडं झालेली शरीरं बघण्यात कुणाला रस असणार? घराला लागून दोऱ्या बांधायच्या आणि त्यावर धुऊन आणलेले कपडे सुकवायचे. कधी आठवड्यातून एकदा त्या कपड्यांना साबण लागणार. इतर वेळी फक्त पाण्यात बुडवून काढलेले पिळे वाळवायचे.

थंडीचे दिवस. थंडी म्हणजे अगदी अंगात मुरणारी. कांबळ लपेटून घ्यायची आणि जितकी ऊब निर्माण करता येईल तितकी करायची. पायांना पडलेल्या मोठाल्या भेगा, ओठ थंडीने फाटलेले, कातडी शुष्क पडलेली, तरी काम करत राहायचं. कधी क्वचित राईचं तेल अंगाला चोळायचं. फार उग्र वास येत राहतो त्यांच्याजवळ गेलं तर. कुणाची लहान लहान मुलं. त्यांना बैलगाडीच्या मागे कापडाची झोळणी करून टाकायचं आणि शेतात घेऊन जायचं. गाडीच्या प्रत्येक हेलकाव्यात ती झोळणी हेलावत राहते. वर-खाली होत राहते; पण त्याचं कुणाला काही वाटत नाही. बाळ त्यात सुखरूप आहे, किती गाढा विश्वास! पहाटेच्या थंडीत, दव पडून रस्ता दमट झालेला असताना, बैलांना जुंपायचं. त्या रस्त्यावरून हाकारत न्यायचं. कधी बैलांचे पाय घसरतात, वाकडे होतात.. तमा नाही.

शेत किती लांब असेल तितकं जायचं. शेताच्या कोपऱ्यावर शेकोटी पेटवायची. रात्र काळीभोर, थंडीची, समोर ऊस आहे हे अंधूक दिसतंय. ऊसतोड्याने एक एक करून कोयता मारत जायचं ते शेकोटीच्या प्रकाशात. जमिनीपासून दोन-तीन इंचावर घाव घालायचा. ऊस आडवा होतोय की लगेच बाईने तो उचलायचा आणि कडेला आणून ठेवायचा. पाऊल पाऊल तो शेतात आत आत जातो आणि ती आतून एक एक करून ऊस बाहेर कडेला आणून ठेवते. हात भरभर चालायला हवेत. पुन्हा तोडलेला ऊस गाडीवर चढवायचा असतो. तीन टन, चार टन... बैल दबत जातात. मानेला हिसके बसत जातात. गाडी भरते तशी बैलांना फर्मान सुटतं आणि बैल चालू लागतात. नाल लावलेले पाय रस्त्यावरून चालताना घसरतात, वाकडे पडतात, गाडीला पुढे लावलेला आडवा दंडुका बैलांच्या पार्श्वभागाला घासत राहतो. जिथे तो घासला जातो, तिथे कातडीवर एक काळी रेघ कायमची उमटली जाते. तो त्यांच्यासाठी आधार असतो, पाय त्या दंडुकाच्या मागे जात नाहीत; पण घर्षण होत राहतं, त्या दुखण्याचं काय? ओझं ओढत ओढत गाडी तीन-चार तासांनी कारखान्याच्या दारात उभी राहणार. मग ती आपल्या मुलांना घेऊन कोपीच्या दिशेने चालू लागणार आणि गाडी मात्र कारखान्याच्या दारात उभी राहणार. मोठी रांग असते. आपली खेप येईपर्यंत बैल, मालक तिथेच. तिने घरी यायचं. कोपी स्वच्छ करायची. चूल पेटवायची आणि आधी चहाला आधण ठेवायचं. लालभडक, मिट्ट गोड गरम गरम चहा एकदा का घशाखाली उतरला की ती ताजीतवानी होणार. पुन्हा थकायला. आवरायचं सर्व आणि जेवणाची तयारी करायला घ्यायची. सकाळची भाकरी-भाजी, भात. मग जरा कुठे ती आडवी होणार. अंगात ताकद भरून घेण्यासाठी. हेच करायचं, दिवस दिवस, महिने महिने. एक दिवसाचा खाडा तर मग पैशांचा पण खाडा. चालणार नाही. बरं नाही, पाळी आली आहे, अंगात ताप आहे, मुलांना बरं नाही, पोटुशी आहे, नवरा आजारी आहे, बैलाचा पाय दुखावला आहे ...असू दे. बैलगाडीची चाकं फिरती राहिली पाहिजेत, तर संसाराची चाकं फिरती राहणार. यात काहीही बदल नाही. सतत सहा महिने हेच. कदाचित जास्त-कमी महिने. ऊस किती आहे यावर सर्व अवलंबून. मुकादम सांगणार त्या शेतात जायचं आणि ऊस तोडायचा.

कधी कुणी शेतकरी लालूच दाखवतो, आधी माझं शेत पाड सांगतो, तर चार पैसे कनवटीला लावायचे. निम्मं निम्मं काम करायचं; पण गुपचूप. कधी ही बदमाशी उघडकीस येते तर चूक झाली चूक झाली, पुन्हा नाही होणार म्हणत भोकाड पसरायचं. मग तंबी मिळते आणि माफीही मिळते. मुकादम तरी काय करणार? त्याचे पैसे अडकलेले असतात ऊसतोड्याकडे. काणाडोळा करावा लागतो.

"आता म्या काय करावं, सांगा ताई!"

भूमी भानावर आली.

"काय म्हणालीस?"

"न्हाय तर काय वो? बारकीला नेऊ तर ह्यो म्हातारा कांगावा करू लागला हाय. ठिऊ माहेरला तर तिथं वहिनी हाय. ती काय माझ्या बारकीला पाहायची न्हाय. तिची दोन प्वारं हायतच की."

"मी काय सांगू भिकू तुला?"

"त्ये बी हायच. जातो. उगा सक्काळी रडगानं माजं."

भूमी भिकूला जाताना बघत राहिली. क्षणभर तिला भिकूचा हेवा वाटला. 'चारचारदा मातृत्व अनुभवलं होतं तिने. कसं असतं हे मातृत्व? काय जाणवतं शरीरात? बाळाची हालचाल होते पोटात, तेव्हा काय होतं एका स्त्रीच्या शरीरात? कसले हिंदोळे असतात ते? कसे असतात? एका जीवाला जन्म देताना होणाऱ्या वेदना सुखकर का वाटतात स्त्रीला?' गंगेला कालवड झाली तेव्हा तिच्या डोळ्यांत अपरंपार प्रेम दिसत होतं. तिचे बदामी डोळे पाझरत होते. पायाने, तोंडाने ती कालवडीला उठायला मदत करत होती. शिकवत होती. जरा कुणी परका माणूस दूरवर जरी दिसला तरी शिंगं रोखत होती. हे असं असतं मातृत्व? आणि मग आता काय झालं आहे भिकूला? अगदी सहज म्हणते आहे की माहेरी सोडलं असतं बारकीला. जनावरांचं मातृत्व आणि माणसांमधलं मातृत्व, यात इतकी तफावत असते? की कोणतीही गोष्ट अमाप मिळाली की तिचं महत्त्व राहत नाही? अगदी पोटच्या मुलांच्या बाबतीतसुद्धा असं होऊ शकतं? गरिबी कारणीभूत आहे का याला? की निसर्ग? इतके महिने इमानेइतबारे सेवा केलेल्या बैलांना सहजी विकून जाता कसं काय येतं? पाणी नाही, अन्न नाही म्हणून

विकून टाकता येतं? असेलही. आपण कुठे तशा परिस्थितीतून गेलो आहोत? आपल्याला कसं काय समजणार? असतील दुःख, वेदना. नाईलाज झाला असेल. निदान जगतील इथे, तिथे जाऊन मरण्यापेक्षा, असा रास्त विचार केला गेला असेल. कुणास ठाऊक; पण एक मात्र नक्की. माणूस कुणालाही अगदी सहजी सोडून जाऊ शकतो. त्याचं मन भरलं की झालं. अथवा परिस्थिती असं कारण देऊन सोडून जातात माणसं. आणि मग हे असं एकटेपण येतं. अगदी कायमचं. आहेत एक एक भोग.

इथे पैशांना कमी नाही; पण माणसांची कमी आहे. आणि तिथे माणसांची कमी नाही, पैशांची कमी आहे. काहीतरी तोड निघायला हवी दोन्ही बाजूंनी. जाऊ दे. शाळेची वेळ होत आली आहे. आवरायला हवं पटपट. या वर्षी तशीही मुलं कमीच आहेत; पण जी आहेत त्यांच्यासाठी तरी जायलाच हवं.

"कमोदिनी, मी बोलत्येय. मला जरा उशीर झाला आहे. तू प्रार्थना घे आणि सुरुवात कर. मी पोहोचते."

"भूमी, अगं कुणीच आलं नाही अजून."

"असं? म्हणजे मला पालावर जावं लागेल. एकेकाला धरून आणावं लागेल."

"तू थांब घरीच. मी येते. मग बोलू आपण."

"बरं."

भूमीने बंब पेटवला. भाजी फोडणीला टाकली. चार पोळ्या लाटल्या आणि ती अंघोळीला गेली. तिचं आवरेतो कमोदिनी आलीच.

"आवरलं?"

"हो. जरा उशीरच झाला. अगं, ती भिकू आली होती सकाळी सकाळी. काय आहे ना, या लोकांच्या एक एक समस्या बघून जीव तुटतो."

"भिकू म्हणजे शिवाची बायको ना? भैया सांगत होता शिवा गेल्याचं. नुकताच गेला ना तो? ही कशी काय आली इथे?"

"जिगरीची आहे बाई. ऊसतोड करत्ये. कधी दगडू जातो, कधी नाही जात. एकटीचं काम नाही हे. गाववाले करतात मदत. आणि तिचं

एक लहान बाळ पण आहे. गौरी नाव आहे. फार गोड आहे पोरगी. बरं, ते राहू दे. मुलं आली का नाहीत शाळेत?''

''या वर्षी जरा कमीच आहेत ना मुलं. गेली असतील ऊसतोडीला. गेल्या वर्षी त्या मानाने चांगली होती हजेरी. भूमी, आपण कितीही प्रयत्न केले ना तरी या लोकांच्या काही ते गळी उतरत नाही बघ. शिक्षणाने काय होणार आहे, असा प्रश्न असतोच त्यांचा.''

''विशाखा कुठे आहे?''

''ती बसली आहे शाळेत. वाट बघत्येय मुलांची. मी आले; कारण तू एकटी का इतक्या कोप्या शोधत बसणार? माझी मदत होईल म्हणून आले. चलायचं?''

''हो. निघू या.''

भूमीने दार लोटून घेतलं. कमोदिनी आणि ती निघाल्या मुलांचा शोध घ्यायला.

''या लोकांना शिक्षणाचं महत्त्व कधी समजणार आहे कुणास ठाऊक?''

''चुकत्येस तू कमू. या लोकांना आधी जगायचं आहे. जगायला शिकत आहेत. रोजच. रोजच त्यांची परीक्षा आहे आणि रोज ते पास-नापास होत असतात. स्वत: जगले तर मुलं जगतील आणि जर मुलं जगली तर शिकतील.''

''पण, आता परिस्थिती बदलत आहे. नाही का?''

''हो, त्या मानाने खूपच बदल झाला आहे. गेली निदान दहा वर्षं तरी बघत्ये आहे मी यांना. खूप बदल झाला आहे. आधी असं नव्हतं. फारच गरिबीत होते. पण आता? त्यांच्या गावाला जाऊन बघ. सगळ्यांची मोठी ऐसपैस घरं आहेत. शेती आहे. पाऊसपाणी ठीक झालं तर ही मंडळी अशी ऊसतोड करायला येणार पण नाहीत. आणि आता त्यांना मेहनताना पण चांगला मिळतो. शिवाय, इथे त्यांच्या मुलांसाठी मोफत शिक्षण आहे. विमा आहे. त्यांना कर्ज घेता येतं. कुणी आजारी पडलं तर कारखाना उपचार करतो. आता हेच बघ ना, पूर्वी कसं होतं? ज्यांच्याकडे बैलगाडी आहे, अशांनाच इथे कामासाठी येता यायचं. आता कारखाना गाड्या पुरवतो. बैल फक्त त्यांचे. पूर्वी कोस कोस दुरून यावं लागायचं त्याच बैलगाडीतून. आता कारखाना ट्रक पाठवतो. बैल,

पूर्ण संसार आणि माणसं आरामात इथे येऊन पोहोचतात.''

''कारखान्यालासुद्धा त्यांची गरज आहेच की! ऊस तोडायला कुणी नसेल तर कारखाना चालणार कसा?''

''तेही आहेच गं. मला इतकंच म्हणायचं आहे की आता त्यांचं जगणं त्या मानाने थोडं सुखाचं झालं आहे. गरज तिघांची आहे. शेतकरी, ऊसतोडे आणि कारखाने.''

''खरं आहे.''

''आणि आपल्या गावातल्या लोकांची गरज आहे, कारखाना चालू राहणं. ''

''हे खरातसाहेब आले इथे आणि कारखाना पुन्हा सुरू झाला. नाहीतर ...''

''नाहीतर ती यंत्रं म्हणजे जणू जमीन उडून जाऊ नये म्हणून त्यावर ठेवलेली वजनं .., अशी वाटत होती; पण खरातसाहेब आले आणि कारखान्यात जीव आला.''

''गावात जीव आला. हे सहा महिने म्हणजे अगदी तुडुंब. गाव अगदी भरलेला असतो. सतत दिवस-रात्र जागं असतं. गाड्या येत असतात, जात असतात. ए, तो बघ, तो बघ मुकुंद. ए मुकुंदा... थांब. पळतोस कुठे? काय रे, शाळेत आला नाहीस?''

''आत्ताच्याला आलो नव्हं ऊसतोड करून. अजून भाकर पण न्हाय मोडली.''

''तू गेला होतास?''

''बाने न्येलं. आज आवै घरलाच हाय. प्वाट दुकून झालं तिचं.''

''चल. बघू दे.''

''भूमीताय, म्या लबाड न्हाय सांगत. शप्पत.''

''अरे हो, मी कुठे म्हणत्येय की तू खोटं सांगत आहेस? तिला काही हवं-नको विचारायचं आहे. चल.''

मुकुंदच्या कोपीत चमेली गुडघ्यात मान घालून बसलेली होती.

''काय गं चमेली, काय झालं?''

''भूमीताई.. या या की वं. बसा.''

''बसत नाही. काय झालं?''

''ए मुकुंदा, जा रं, गाडगं आन, पानी दे ताईंना. आनी रत्ना, इला

कुटं हायत बग.''

"पोट दुखतंय तुझं? डॉक्टरांकडे गेलीस?''

"त्यो डागतर काय सांगनार ताई? पुन्ना पोटुशी हाय म्या.''

"अरे देवा, अगं काय हे? तीन तीन मुलं आहेत आणि अजून एक?''

"काय सांगावं ताई?''

"काही सांगू नकोस. सगळं काही माहीत असतं तुम्हाला. अडाणी नाही राहिलात आता.''

"सावजी ऐकूच ना तर म्या काय करनार ताई? आनी अजून योक पोरगा हवा की वो ताई. येकटा मुकुंद तरी काय करनार? घराले टेकू हवा ना आजून येक.''

"आणि पुन्हा मुलगीच झाली तर? आणि मुली घराला टेकू देत नाहीत असं कुणी सांगितलं? तू नाही का तुझ्या घराला टेकू देत आहेस? काही समजत नाही तुम्हाला. होऊ देत अजून दहा-बारा मुलं.''

"रागवू नकोस, ताई.''

"मी कशाला रागवू? मला काय फरक पडतो? पण, तुला तुझा विचार करता यायला हवा. ठीक आहे. आराम कर. निघतो आम्ही. एकच सांगते, तुझा मुकुंद हुशार आहे. तो खूप शिकू शकेल. त्याच्या शिक्षणाकडे जरा लक्ष द्या. इथे आम्ही त्याच्यासारख्या मुलांसाठी ही शाळा चालू केली आहे. इथून गेलात तुमच्या घरी की तिथल्या शाळेत प्रवेश मिळवून देण्यासाठी खटपट करतो आहोत आणि तुम्ही असे आहात की ... कायम असंच जगायचं आहे का?''

"न्हाय खरं. पन.. ताई, वस्तीत कुनाला ठावं न्हाय की म्या पोटुशी हाय. बोलू नगा हां. उद्याले जाईन ऊसतोडीला. तवा धाडून देईन मुकुंदाला शाळत.''

"आणि रत्नाचं काय?''

"ती कसली येतीय? इलाले सांबाळते नव्हं?''

"इलाला घेऊन येऊ देत शाळेत. काही हरकत नाही.''

"धाडतो.''

कमोदिनी आणि भूमी कोपीतून बाहेर पडल्या. शाळेच्या दिशेने निघाल्या.

"तू मघाशी म्हणालीस की खूप सुधारणा झाल्या आहेत ह्यांच्यात...''

"कमू, आपण त्यांच्या आर्थिक परिस्थितीबद्दल बोलत होतो. वैचारिक बदल व्हायला अजून कित्येक दशकं जावी लागतील असं वाटतंय आणि हे फक्त या स्तरांचे विचार आहेत असं नाही. शिक्षित लोकसुद्धा काही कमी नाहीत. त्यांचे विचार पण असेच... फारच कमी लोक आहेत जे विचारांनी बदललेले आहेत."

"भूमी, तुला एक विचारू? तू इतकी शिकलेली, खरं तर शहरात राहणारी. कसं काय गं लग्न केलंस एका गावातल्या माणसाशी?"

"देणं होतं काहीतरी. घेणं होतं काहीतरी. आले झालं इथे."

"तू कधीच काही का बोलत नाहीस तुझ्याबद्दल? बोलून मोकळी हो ना एकदा."

"काय बोलायचं? आणि बोलून, सांगून काही फरक पडणार आहे का? की तू काही करू शकणार आहेस?"

"कुणीच काही करू शकत नाही कुणासाठी हे मलाही माहीत आहे; पण तरी. मी कसं, तुला अगदी सविस्तर सांगत असते सर्व. तुझी जवळची मैत्रीण आहे ना मी?"

"हो, आहेस ना. बघू, केव्हातरी वाटलं तर बोलू."

विशाखा वर्गाबाहेरच बसलेली होती. तिला बघून दोघींच्याही लक्षात आलं, आज कुणीच मुलं शाळेत आलेली नाहीत.

"चला, आज आपल्याला सुट्टी. काय विशाखा?"

"भूमीताई, आजचा आपल्या शाळेचा चौदावा दिवस आहे. त्यात रविवार पण येऊन गेले. येतील मुलं. यंदा तशीही मुलं कमीच आलेली दिसतात."

"बघू, खरात साहेबांना भेटून येते. तुम्ही जा दोघी घरी. संध्याकाळी भेटू माझ्या घरी किंवा पालावर जाऊ. तिथे सर्वांना गोळा करू. सहा वाजता या दोघी. त्या वेळी पालावर जेवणं चालू असतील. सगळे भेटतील. ठीक आहे?"

खरात साहेब ऑफिसमध्ये नव्हते. भूमी वाट बघत बसून राहिली.

बरीच चहलपहल होती. खरात साहेबांना भेटायला बरेच जण ताटकळले होते. भूमी त्या सर्वांना न्याहाळू लागली.

या मातीचा रंग काळाच. इथला प्रत्येक माणूस रंगाने काळा. अथवा थोडा कमी काळा. क्वचित एखादा गव्हाळी रंगाचा. आणि सर्वांचा वेष? पांढराशुभ्र. का बरं पांढऱ्या रंगाचे कपडे आवडत असतील सर्वांना? कुणी काळी, निळी पॅन्ट घालतात; पण शर्ट मात्र पांढराच हवा. नेते समजतात की काय स्वतःला? की माती काळी आहे, अंग तशाच रंगाचं म्हणून निदान कपडे तरी पांढरे असावेत? की नेते मंडळींनी पांढऱ्या रंगाला महत्त्व दिलं आहे म्हणून हे पण देतात? डोळ्यांवर काळा चष्मा. म्हणजे काचा काळ्या. सोनेरी फ्रेम. बूट अथवा सॅन्डल्स.

तिथे ऊसतोडे जे आहेत, त्यांच्यातील जी जुनी पिढी आहे, त्यांचा लेंगा आणि बंडी पांढऱ्या रंगाचीच. शेतात काम करतात, मातीचे डाग लागतात, तरीही. त्यांच्यासाठी कदाचित एकच पांढरा तागा घेतला की पूर्ण घराचे कपडे होत असतील, स्वस्तात.

''काय ताई? आत्ता इथे? शाळा नाही आज?''

''अरे, मुलं आलीच नाहीत आज शाळेत. तेच जरा खरात साहेबांशी बोलायचं होतं.''

''आज साहेब खूप कामात आहेत, ताई. भेट होईल असं वाटत नाही.''

''का? काही झालं आहे का?''

''ताई, काल रात्री अपघात झाला कारखान्यात. शिंदे माहीत आहे तुम्हाला? अर्थात माहीत असणारच.''

''कोण? तो घाटावरचा? माझा विद्यार्थी? नुकताच लागला होता ना कारखान्यात?''

''हो ताई.''

''काय झालं असं?''

''नक्की समजलं नाही मला अजून; पण अगदी वरती, शेवटच्या टप्प्यावर उभा होता, तिथून खाली पडला, .. कसा पडला, ते नाही समजलं.''

''किती वाजता हे घडलं?''

''तिसरी शिफ्ट चालू होती, म्हणजे रात्री बारानंतरच. तिथे कारखान्यात पोलीस आले आहेत. ताई, मला वाटतं तुम्ही थांबू नका. घरी जा. जरा जाऊ देत चार-पाच दिवस. मग बघू. हवं तर मी येतो संध्याकाळी पालावर. तेव्हा बोलू आपण सर्वांशी. ठीक आहे?''

"हो, ठीक आहे. मी असं करते, मी जाते शिंदेच्या घरी. माईंना भेटते जाऊन; पण बाहेर कुणालाच हे माहीत कसं नाही? सकाळी पालावर पण काही चर्चा नव्हती. हां, पण भोंगा वाजलेला आठवतो आहे. रात्री अगदी उशिराने. खरंतर जाग आली होती; पण पुन्हा डोळा लागला. गावात समजलंय?"

"एव्हाना समजलं असेल. तुम्ही गावात जाताच कुठे ताई? इथेच तर असता."

"हो, तेही खरं आहे. जाते, पण इथल्या इथे घटना घडली आणि मला काहीच समजलं नाही!"

"शिफ्ट संपली ना काही तासांपूर्वी. बाकीच्यांना लगेच पाठवून दिलं."

"आणि शिंदे?'

"त्याला नेलं आहे हॉस्पिटलमध्ये लगेचच. खरात साहेब रात्रीपासून कारखान्यातच आहेत. घरी गेलेच नाहीत अजून."

"बरंच लागलं आहे का रे त्याला?"

"हो."

"अरे देवा. बघते, जाते माईंकडे."

"भूमीताई, मला वाटतं नका जाऊ आत्ता. कदाचित माई घरी नसतील, हॉस्पिटलला गेल्या असतील."

"असं? हो, तेही खरंच म्हणा, मला काही सुचत नाहीये."

"ताई, शांत व्हा. घरी जा. मी करेन तुम्हाला फोन. काही लागलं तर बोलावून घेईन. अगदी नक्की."

भूमी निघाली; पण तिला नक्की काय करावं, ते समजेना.

'कमू, विशाखाला बोलावून घेऊ या का? की त्यांच्याकडे जाऊ? की कुठेच न जाता सरळ घरी जाऊ? इतक्या उंचावरून पडला म्हणजे नक्कीच सीरिअस असणार शिंदे. नुकताच लागला होता ना कारखान्यात? माई त्याच्या लग्नाची स्वप्नं बघत होत्या. कधी भेटल्या होत्या बरं? अरे हो, दसऱ्यालाच भेटल्या होत्या. अगदी खुशीत होत्या. मुलाला नोकरी लागली. आता सगळ्या चिंता मिटल्या, असं म्हणत होत्या. या साखर कारखान्याने या गावातल्या आणि आजूबाजूच्या गावातल्या अनेकांना पोटाला लावलं. घरं उभी राहिली अनेकांची. संसार सुरू झाले; पण हा

एक संसार सुरू व्हायच्या आधीच मोडला तर? माई एकट्या होतील अगदी. शिंदे साहेब म्हणून हाक मारली तर किती लाजायचा तो. त्याला कधी कुणी नावाने हाकच मारत नसे. साहेब म्हटलं की त्यालाही छान वाटायचं. उंचीने जरा लहान, गोरागोमटा, अंगाने ठीकठाक. बुद्धीने साधारणच; पण स्वभावाला अगदी छान, सालस. बरा होऊ दे, लवकर बरा होऊ दे.'

भूमीची पावलं तिच्या नकळत तिला तिच्याच घराच्या दारापाशी घेऊन आली. ती मिटलेल्या दाराकडे बघत राहिली. दार उघडून आत जावं असंही तिला वाटेना. खरं तर आता भूक लागली होती. तेव्हा तिच्या लक्षात आलं की आपण आज जेवण शिजवलं नाही. घरात काहीच नाही. ती त्याच पावली परत फिरली आणि तिने सरळ घरघंटी[१] गाठली.

"भूमीताई, तुम्ही?"

"लक्ष्मी, जेवायला वाढ. खूप भूक लागली आहे."

"भाकरी-पिठलं, भरीत चालेल का?"

"चालेल."

"आत्ता सांगते. .. ताई, तुम्हाला कळलं का? शिंदे..."

"हो, समजलं. होईल तो बरा. नक्कीच. त्याला अजून खूप आयुष्य आहे. अजून पाहिलंच काय आहे त्याने? जगायचं बाकी आहे त्याचं. तू आण भाकरी आणि काय आहे ते."

"सांगितलं आहे ताई... हे घ्या, आलंच ताट. ताक पण सांगू का?"

"सांग."

"हो ताई, होईल तो बरा. जेवा निवांत. आज जरा जास्तच गारवा आहे नाही?"

"हं!"

"आज शाळा नाही, ताई?"

"नाही. मुलंच आली नाहीत. हे असंच असतं या मुलांचं आणि त्यांच्या आई-वडलांचं. मुलांना शिक्षणाचं महत्त्व... जाऊ दे."

---

१. घरघंटी : गिरणी

"तुम्ही हाडाच्या शिक्षिका आहात, ताई. इथल्या सरकारी शाळेत शिकवत होतात, आता या मुलांसाठी कष्ट घेत आहात; पण काय करणार ताई ती माणसं तरी? सहा महिन्यांत मूल काय शिकणार? आणि उरलेले सहा महिने तिथे त्यांच्या घरी जाऊन उंडारत राहतात आणि इथे जे काही शिकलेलं असतं ते विसरून पण जातात. त्यापेक्षा ऊसतोडीला मुलं गेली तर चार ऊस जास्त तोडून होतात, चार पैसे जास्त मिळतात, हे असंच जीवन यांचं. तरी खुशीत असतात. ना कसली तक्रार, ना कुठलं रडगाणं."

"तक्रारी असतात की!"

"त्या काय कुणीही करतात हो. अगदी सर्व काही शाबूत आहे, अशी माणसंसुद्धा तक्रारी करतातच. देवळात सतत काहीतरी मागायला जात राहतात. हवं हवं करत राहतात. आता ज्यांच्याकडे आहे तरी पण मागतात, तर ज्यांच्याकडे काहीच नाही त्यांनी थोडंफार मागितलं, रडलं तर काय हो त्यात? हे बघताय ना? दिवस-रात्र या बैलगाड्या अशा अव्याहत जात-येत असतात. एक मिनिट हा रस्ता शांत नसतो. इतकी थंडी आहे... पण, काम चालूच. एक दिवस जरी आळस केला तरी दिवसाचा एक रुपयासुद्धा मिळणार नाही. काय करणार? पण, मस्त हसतखेळत जातात, कुणी गाणी म्हणत असतं, कुणी उसाच्या डोंगरावर झोपलेलं असतं, कुणी जेवत असतं शिळंपाकं. बैल बघा, ओझ्याने त्यांची मान पार जमिनीला टेकते; पण ते त्यांच्या मानेवरचं जू काही काढून टाकू शकत नाहीत. जे त्यांचं तेच माणसांचं."

"तेही खरंच."

"वाढू का भाकरी?"

"नको, पण छान झालं आहे पिठलं, भरीत. बरं वाटलं बघ. शिवाजी दिसत नाही?"

"तालुक्याला गेलेत, सामान आणायला. येतील रात्रीपर्यंत."

"तू जेवलीस?"

"आता जेवेन ना. कुणी ना कुणी येत असतात. दुपारी दोन-अडीच नंतर गर्दी कमी होते, तेव्हा जेवायचं."

"आले हात धुऊन."

"हं, हे घे. किती झाले?"

"काय ताई! तुमच्याकडून पैसे घेणार का मी? अहो, तुमचीच आहे ही खाणावळ. तुम्ही आपणहून आलात, आवडीने जेवलात, मला फार आनंद झाला."

"असू दे, ठेव. येते मी."

भूमी खाणावळीतून बाहेर पडताना खाणावळीच्या दारात लटकवलेली घंटी वाजवून बाहेर पडली, तशी लक्ष्मी हसली. भूमीने मागे वळून बघितलं, लक्ष्मीला हसताना बघून तिला बरं वाटलं. आज सकाळपासून प्रथमच कुणालातरी ती हसताना बघत होती. हास्याचं महत्त्व तिला प्रकर्षानं जाणवलं. तिच्याही नकळत तिला हसू आलं. शीण उतरल्यासारखं झालं. घरघंटीतून ती बाहेर पडली तशी तिला गारवा जाणवू लागला आणि वस्त्रगाळ ऊन तिच्यावर उतरलं, तशी थोडी ऊबही वाटली. अगदी उगाच.

दाराशी आली तर भिकूचा आवाज ऐकल्यासारखं वाटलं. पावलं मागे वळली. भिकूच्या कोपीपाशी पोहोचली. गौरी भिकूच्या कुशीत छान हसत होती.

"ताई, या की वं. बगा, तुमची गौराई लै हसून राहिली. काय की बा, फकस्त खेळतीया आज."

"लबाड आहे ती. उगाच रडते इतर वेळी. खरंच, किती गोड हसू आहे गं. अगदी निरागस."

"घ्या..."

"ये गं माझी लाडू. काय करायचं? फिरायला जायचं? की खेळणी हवीत तुला? काऊ बघायचा का? मम मम झाली का लाडूची? अगं, अगं, केस नाही ओढायचे. सोड बघू. लबाड. थंडी वाजते? स्वेटर आणू तुला? चल, स्वेटर घेऊन येऊ या तुला."

"च्या घिनार का ताई?"

"नको गं बाई. आत्ताच जेवून आले. तुझा आवाज ऐकला म्हणून आले. भारी गप्पा मारायच्या आहेत हो लाडूला. हसत्येस? अगो बाई, किती ते हसू येतंय? चला, फिरायला जाऊ. पोट भरलं आहे ना हिचं?"

"व्हय. न्या की. म्या बी जरा काम करून घेती."

"दगडू कुठे गेला आहे का?"

"व्हय ताई. त्यो शिंदे का कोन पडला नव्हं... कारखान्यात हाईत समदी. आत न्हाय, भाईरच उबं हायत समदी. आज तर गाडी बी खाली क्येली न्हाय कुनाची. समद्या गाड्या तिथंच हायत. आता गाडी सोडून कसं यावं? माणिक- मोती बी तिथंच हायत. उद्याले आता ऊसतोड व्हतीय का न्हाय, कुनास ठाव."

"हो, मी येताना बघितलं. अगदी पार पलीकडे गाड्या उभ्या आहेत. ट्रक आणि ट्रॅक्टर पण आहेत; अगदी वरपर्यंत उसाने भरले आहेत. मोठ्ठी रांग आहे त्यांची पण."

"व्हय. म्या सकाळच्याले येत हुतो तवा लै गडबड चालू व्हती. कर्णा बी लै वाजीत हुता. काय झालं काय उमजेना. मग मागाहून कळालं की शिंदे पडला. गाडी आली व्हती लागलीच त्याले घिऊन ग्येली. म्या बगीटलं, लै रगत..."

"सकाळी काही बोलली नाहीस..."

"म्या लैच जंजाळलो व्हतो. माजं बगू की आनी कुनाचं ध्यानात ठिऊ? पन चुकलोच ताई. सांगायले हवं होतं."

"राहू दे. अं. असं कर भिकू, गौरीला नंतर नेते. किंवा तूच घेऊन ये तिला संध्याकाळी."

"व्हय ताई."

भूमी बाहेर पडली. काही वेळासाठी आपण शिंदेला पार विसरून गेलो होतो, याचं तिला आश्चर्य वाटलं. इतक्या स्वार्थी कशा काय झालो आपण? तिचं मन तिला खात राहिलं. आणि मग नंतर वाटलं, भिकू म्हणते तसं, कुणाकुणाचं काय काय लक्षात ठेवायचं? जो तो आपल्या वाटचं जे जे काही आहे ते भोगतो आहे. कीव करण्यापलीकडे कुणीही काहीही करू शकत नाही. क्वचित तर लोक कीवही करत नाहीत आणि कुणाची कीव करूही नये. जे होत आहे ते मान्य करावं. आणि जमेल तसं जगावं.

शिंदेच्या माईलासुद्धा मान्य करावं लागेल, जे काही होईल ते.

भूमीने तिच्या घराचं दार लोटलं. घरात जास्त गारवा वाटला, तिने पदर घट्ट आवळला. दार लोटून टाकलं, आत गेली आणि पलंगावर आडवी झाली. घराच्या छताकडे बघता बघता तिला उगाचच उमाळा

आला. असहाय्य वाटू लागलं. डोळे ओघळू लागले आणि ऊन पाणी कानांच्या पाळ्या ओल्या करू लागलं.

खरात अतिशय बेचैन होते. झालेला अपघात त्यांना अस्वस्थ करून गेला होता. कारखान्यात जे काही होईल त्याला जबाबदार तेच ठरणार होते. अपघात झाला त्या क्षणापासून ते अगदी संध्याकाळपर्यंत, ते फक्त अनेक प्रश्नांची उत्तरं देत होते. संध्याकाळी शेवटी पोलीस, फॅक्टरी इन्स्पेक्टर बाहेर पडले, तेव्हा कुठे त्यांनी जरा एक खोल श्वास घेतला.

"कोसरे, तुम्ही हॉस्पिटलला जा. काय स्थिती आहे ते बघा."

"साहेब, तुम्ही जरा आराम करा आता. मी बघतो."

"मला ताबडतोब फोन करा. मी ऑफिसमध्येच आहे. आणि .. बरं, राहू दे. निघा तुम्ही. कनानी, तुम्ही या माझ्याबरोबर. आणि हो, आपले अकाउन्टन्ट आहेत ना ते.. काय नाव.. हां, विखाते, त्यांना सांगा मी बोलावलं आहे."

"साहेब!"

"बोला कनानी."

"मी पण जाऊ का हॉस्पिटलला? शेजारी आहे मी शिंदेचा. काही लागलं माईला तर माझी मदत होईल."

"असं? बरं, जा तुम्ही. मग एक करा, जामदार आणि मोईन यांना पाठवून द्या. ते आत्ताच इन्स्पेक्टर राजे यांना बाहेर सोडायला गेले आहेत."

"जी."

खरात त्यांच्या रूममध्ये आले. त्यांनी लागलीच काही फोन करायला सुरुवात केली. त्यांचा फोन होईपर्यंत जामदार, मोईन खोलीच्या बाहेरच थांबले. फोन झाले आणि त्यांनी दोघांना आत यायला सांगितलं. दोन चहा मागवले त्यांच्यासाठी आणि मग इतका वेळ सावरून, आवरून ठेवलेले अनेक प्रश्न त्यांनी विचारायला सुरुवात केली.

"मोईन, तुम्ही लेबर ऑफिसर. तुम्हाला तुमच्या लेबरची काळजी नाही?"

"साहेब.."

"शिंदे कधीपासून लागला इथे? किती महिने झाले त्याला इथे? या कारखान्यात कसल्या प्रिकॉशन्स घ्यायच्या असतात हे त्याला सांगितलं नव्हतं? ट्रेनर बरोबर होता की नव्हता?"

"ट्रेनर होता बरोबर. आवश्यक तितकी माहिती दिली होती आणि जेव्हा त्याला सर्व काम समजलं आहे, हे त्याने सांगितल्यावर ट्रेनर दुसऱ्या कामाला गेला. आता त्यानंतर काय झालं हे कुणालाच समजलं नाही."

"ही असली उत्तरं मला चालत नाहीत. शिंदेकडे पूर्ण लक्ष असायला हवं होतं. आणि नवीन माणूस आहे म्हटल्यावर ट्रेनर दुसऱ्या कामासाठी गेलाच कसा?"

"साहेब, लेबर्स मिळतात कुठे आताशा? आपल्या कारखान्याचा नियम असा की बाहेरचे लेबर्स घ्यायचे नाहीत. गावातल्या लोकांना प्राधान्य दिलं पाहिजे. आम्ही तरी काय करणार? आणि लेबर नाहीत तर कारखाना चालवणार कसा? आत्माराम अचानक काम सोडून गेला. तीन-तीन शिफ्ट्स चालू आहेत. एक माणूस जरी कमी असला तरी ...आणि बाहेरून लेबर आणायला मध्ये वेळ हवा होता."

"नक्की काय झालं हे तुम्हाला माहीत आहे ना?"

"हो, माहीत आहे. त्याची शिफ्ट संपली होती. सायरन वाजला तशी तो निघाला. आता जरा धिम्याने उतरायचं तर, किती घाई करावी त्याने? तरी मी त्याला सांगत होतो, सावकाश रे... आणि पुढच्या क्षणी काय झालं काही समजलं नाही, किंकाळी .. अगदी सर्व मशीन्स चालू होती, इतका आवाज होता तरी ती किंकाळी ऐकू आली. धावले सगळे. आता इतक्या उंचावरून पडला तर ..."

"विखाते, तुम्ही एक काम करा. कारखान्याच्या अकाउन्टमधून पंचवीस हजार रुपये हॉस्पिटलमध्ये शिंदेच्या नावाने जमा करा. तुम्हाला मी लेखी लिहून देतो. रेकॉर्डवर ठेवा. अजून लागणार असतील तर तसं मला कळवा. मी तासाभराने येतोच आहे तिथे. आणि आता कामाला सुरुवात होऊ दे. तोमार आणि बाजवा असतील आत्ता, त्यांना सांगा कारखाना सुरू करायला."

"भैया आहे बाहेर..."

"पाठवून द्या..."

'जी.'

लेखिकेने काही दिवस ऊसतोड कामगारांबरोबर व्यतीत केले. त्या वेळी त्यांची टिपलेली काही छायाचित्रे.

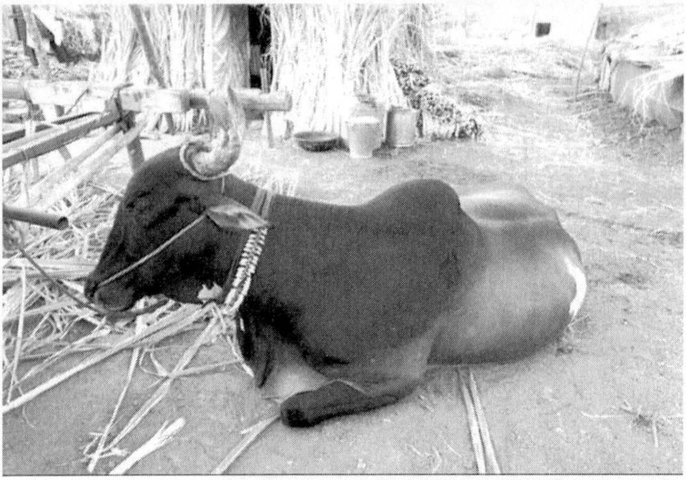

"ये भैया, तू एक काम कर. तुझ्या सगळ्या कामगारांना गोळा कर. संध्याकाळ झाली आहे. उशीरच झाला आहे. जेवायला गेले असतील सगळे. पालावर जा आणि गाड्या खाली करायच्या आहेत आता, असं सांग. कांडेल, भट यांना भेट. ते सांगतील तशा गाड्या लावा. आणि ट्रक, ट्रॅक्टर, बैलगाड्यांच्या नंतर घ्यायला सांग. त्यांची रांग वेगळी कर. सायरन द्या. शिफ्ट सुरू होते आहे, हे सर्वांना कळू दे. मी आधी आता पोलीस स्टेशनवर जातो आहे. मग येईन हॉस्पिटलला."

"जी."

"निघा. राघवला गाडी काढायला सांगा जरा."

"जी."

"अगं मी बोलतोय, वाट बघू नकोस माझी. मी आता निघालो आहे पोलीस स्टेशनवर. मग जाईन हॉस्पिटलला. उशीरच होईल यायला. जेवायचे थांबू नका. ठेवतो फोन."

खरात तातडीने निघाले. गाडीत बसता बसता त्यांना सायरन ऐकू आला. त्यांना आत कुठेतरी समाधान वाटलं. पोलीस स्टेशनला पोहोचेपर्यंत ते सतत फोनवर होते. काही निर्णय घेत होते, माहिती देत होते.

"या खरात साहेब, बसा."

"मोहते साहेब, जी काही माहिती हवी होती तुम्हाला ती दिली गेली आहे. तुम्ही खातरजमा करून घेतलीच आहे. कारखान्याचा काहीही संबंध नाही या अपघातात. म्हणजे, कारखाना जबाबदारी घेतोच आहे. उपचार केले जातीलच. सुरुवातही झालेली आहे कधीचीच; पण हा निव्वळ अपघात आहे. शिंदेचा पाय घसरला असणार. अथवा अजून काही; पण तुम्ही रेलिंग, पायऱ्या सर्व काही बघितलं आहेत. अगदी व्यवस्थित आहे सर्व. पत्र्याचं फ्लोरिंगसुद्धा मजबूत आहे."

"हो, पण काही काही ठिकाणी त्या फ्लोरिंगला गंज लागला आहे. कुठे भोकंसुद्धा पडली आहेत."

"मान्य आहे; पण त्यामुळे शिंदे पडलेला नाही. तुम्ही स्वतः त्या मजल्यावर जाऊन आला आहात. साखरेचा कारखाना आहे. सतत उष्णता, धग, चिकट स्राव, वाफ याने कालांतराने लोखंडाला गंज चढतोच; पण तो पत्रा किती जाड आहे हे तुम्ही बघितलं आहे. पत्रा तुटून जर तो खाली पडला असता तर नक्कीच कारखान्यावर तुम्ही केस

टाकू शकला असतात. नाही का?''

"ठीक आहे, बघू. शिंदेला शुद्ध आली की समजेल नक्की काय झालं ते. शिवाय जर शिंदेच्या घरच्यांनी तक्रार केली तर मात्र माझ्याकडे काही पर्याय नसेल. शिंदे शुद्धीत आल्यावर जे काही सांगेल, त्यावर सर्व काही अवलंबून आहे.''

"मान्य; पण अजून एक, फॅक्टरी इन्स्पेक्टर आले होते, त्यांनी लेखी नोट दिली आहे. त्याची एक कॉपी तुम्हाला देतो आहे. ती असू दे तुमच्या रेकॉर्डला.''

"खरात साहेब, तुम्ही वाईट वाटून घेऊ नका. जे माझं काम आहे ते मी करतो आहे. तुम्हाला त्रास द्यायचा काही हेतू नाही. मला माहीत आहे, तुम्ही तुमच्या कामगारांसाठी खूप काही करता. त्यांची काळजी घेता. हा कारखाना पुन्हा सुरू झाला तो तुमच्याचमुळे. मी माझ्याकडून पूर्ण सहकार्य करेन; पण जिथे कायदा येतो, तिथे मात्र मीही बांधील असतो.''

"समजू शकतो मी मोहते साहेब आणि तुम्ही कायद्याबाहेर जाऊन काही करा असं माझंही म्हणणं नाही. मी फक्त वस्तुस्थिती सांगितली. ठीक आहे. ही कॉपी ठेवा. येऊ मी?''

"चालेल.''

खरात जरा बेचैन झाले. त्यांना मोहतेंचा स्वर आवडला नाही. कारखान्यातल्या प्रत्येकाच्या जिवाची काळजी घेतली जाते; कारण अशा कारखान्यात काम करणं ही साधी गोष्ट नाही. हंगाम संपला की प्रत्येक मशीन चेक केलं जातं. तेलपाणी केलं जातं. काही छोट्या-मोठ्या दुरुस्त्या असतील तर त्या केल्या जातात. पुढे पाच-सहा महिने ती मशीन्स बंद असतात. नवीन हंगाम सुरू होताना पुन्हा तेलपाणी, प्रत्येक स्क्रू चेक केला जातो. अनेक गोष्टी असतात अजून. बॉयलर, पॉवर हाउस, गोडाउन, जनरेटर्स, केबल्स, ट्रान्सफॉर्मर्स...

प्रत्येकाला जे काम दिलेलं असेल ते त्याची पात्रता बघूनच. जर नवागत कुणी असेल तर कारखान्यातील माहीतगार माणूस त्याला काम येईपर्यंत त्याच्या बरोबर असतो. हंगामी कामगार आणि कायमस्वरूपी नियुक्ती केलेले कामगार. जे कायमस्वरूपी असतात, त्यांची काही काळजी नसते. त्यांना अथपासून इतिपर्यंत सर्व काही माहीत असतं; पण जे हंगामी असतात, त्यांना आवश्यक ट्रेनिंग दिलं जातंही; पण

त्यांनी जर नियम पाळले नाहीत तर मात्र जिवावर बेततं, त्यांच्या आणि त्यांच्यामुळे इतरांच्या.

"राघव, तू चहा पिऊन घे, हवं तर काही खाऊन पण घे. इथे निदान अर्धा तास तरी जाईल माझा."

"असू दे साहेब, तुम्ही या कवा पण. मी हाय इथे."

शिंदे आयसीयूत होता. बाहेर बरीच माणसं बसलेली होती. सगळे चिंतातुर दिसत होते.

"साहेब..."

"विखाते, काय आहे स्थिती?"

"अजून चोवीस तास तरी काही सांगता येणार नाही, असं डॉक्टर म्हणाले; पण एक वाईट बातमी आहे, साहेब."

"काय झालं?"

"शिंदेचा एक पाय गुडघ्यापर्यंत कापावा लागला."

"काय?"

"पार तुकडे झाले होते हाडांचे. म्हणजे काहीच करता येण्यासारखं नव्हतं. साहेब, ह्या माई.. शिंदेच्या आई.."

"वाचल ना माजं पोरगं साहेब?"

"हो. नक्की."

"येक पाय न्हाय तर न्हाय, पर जीव वाचला पायजे, साहेब."

"माई..."

खरात निघाले. त्यांना तिथे थांबवेना. विषण्ण मनाने ते बाहेर आले.

"घराकडे घे, राघव..."

"जी."

राघवला माहीत होतं, केव्हा किती काय बोलायचं, की बोलायचंच नाही. त्याला साहेबांचा चेहरा आरशातून दिसत होता. सीटला मान टेकवून डोळे मिटून बसलेले साहेब..! राघव खरात साहेबांच्या घराकडे निघाला.

खरातांच्या मनात एकच वाक्य रुंजी घालत होतं... 'येक पाय न्हाय तर न्हाय, पर जीव वाचला पायजे साहेब..'

अवकटा[१०] भोंगा झाला तसे ऊसतोडे सावध झाले. तितक्यात भैया आला, सर्वांना हाका मारू लागला. 'चला ओ, कामाला लागा. उठा.' गाड्या एका लाइनीत ठेवून तसेच कोपीत परतले होते सगळे. इथे चोरीची काही भीती नव्हती. सगळ्यांकडे फक्त उसाची रास होती. चोरून चोरून कोण काय चोरणार मग? एक एक करून ऊसतोडे कोपीबाहेर येऊ लागले. 'काय, भैया, सुरू होतंय व्हय कारखाना? वाचला का गडी?' प्रत्येक जण अशीच चौकशी करू लागले, तशी भैया वैतागला. 'आता गुमान निघा. गाडी खाली करायची हाय की न्हाय?' व्हय व्हय म्हणत सगळे आपापल्या बैलांना हाकारू लागले. आता अचानक या अवेळी हाकारा ऐकून तेही चकित झाले. एक एक जोडी कोपीच्या बाहेरच्या खुंटीपासून वेगळी होत गेली. जे अडेल होते त्यांना एखाद दुसरा फटका मिळाला. मग मात्र त्यांनी चाल बदलली. यंत्रांचा आवाज घुमू लागला. आता रात्रीला गाड्या रिकाम्या होणार... तसाही त्यांचा एक दिवस बुडाला होता.

"ओ बा, उटा की. भोंगा वाजला नव्हं. समदी जाऊन राहिले की. गाडी जुंपायची हाय."

"जातू जातू."

सगळ्या कोप्या खाडकन जाग्या झाल्या. बैलांच्या गळ्यातल्या घंटा वाजू लागल्या. चिमण्या पेटल्या. मिट्ट काळोखात आणि कडाक्याच्या थंडीत सगळे ऊसतोडे कपाळाला मुंडासं बांधून धावू लागले.

एक एक गाडी पुढे पुढे सरकू लागली.

क्रेन खाली येत होती. एकाच फटक्यात उसाच्या मुळ्या[११] उचलल्या जात होत्या. गाडी पुढे जात होती, मुळ्या बारीक तुकडे होण्यासाठी चॉपरमध्ये टाकल्या जात होत्या. पुढची गाडी क्रेनपाशी पोहोचत होती, तोवर क्रेन मुळ्या चॉपरमध्ये टाकून परतत होती. पुन्हा मुळ्या उचलल्या जात होत्या... पुन्हा...चॉपर ... पुन्हा गाडी पुढे...

एक लय आली. दिवसभर हरवलेली लय गवसली. चॉपर त्या

---

१०. अवकटा : अकस्मात, अचानक

११. मुळ्या : मोळ्या

उसाचे बारीक तुकडे करून पुढे ढकलत होता. कोमट पाण्याच्या जोरदार वाहत्या प्रवाहात त्या उसाचे तुकडे स्वच्छ धुतले जाऊ लागले. ७९.४ डिग्री तापमान!! क्रशर उसाला अगदी पिळवटून टाकू लागला. एकदा, दोनदा... चिपाड बाजूला पडू लागलं. ते दुसऱ्याच मशीनमध्ये जाऊ लागलं. आणि दोन्ही बाजूंनी दाबलं जाऊन त्याची मोठी गठडी होऊ लागली. मोठ्या विटा असाव्यात असे त्या गठडीचे तुकडे होऊन, बांधून सरकत्या पट्ट्यावरून पुढे जाऊन एके ठिकाणी साचू लागले.

उसाचा रस बॉयलरमध्ये उकळू लागला. एका बॉयलरमधून दुसऱ्या बॉयलर- मध्ये, मग तिसऱ्या... हिरव्या रंगाच्या रसाचा रंग बदलत बदलत मातकट होत गेला. त्यात मग प्रमाणात चुना आणि सल्फर घातलं जाऊ लागलं. रंग बदलत जाऊन शेवटी पांढरा झाला. चुना-सल्फरमुळे काकवीतला मळ बाजूला होऊ लागला. आणि शेवटी मिळाला स्वच्छ शुद्ध रस.. व्हॅक्युम पॅनमध्ये साखर तयार होऊ लागली. सातत्याने त्या साखरेची तपासणी होत राहिली. साखरेचे पांढरे शुभ्र स्फटिक पोत्यात भरले जाऊ लागले. पोती बंद होऊ लागली. पुढे पट्ट्यावरून सरकत कारखान्याच्या बाहेरच्या बाजूला गोदामात हलवली जाऊ लागली.

एका लयीत... सातत्याने.

सर्व ऊसतोड्यांना कोपीत परतायला दुपार झाली. थकलेले, भुकेले ऊसतोडे आणि बैल. आधी बैलांना पाणी दाखवलं आणि मग त्यांच्या पुढ्यात चारा टाकून जो तो आपल्या कोपीत गेला. कोपीच्या बाहेरच सगळ्या बायकांनी चूल मांडली होती, जी पुन्हा भगभगली. भाजी, पिठलं जे काही शिजवलं होतं त्याला पुन्हा जाळ दाखवला गेला आणि प्रत्येकाच्या कोपीबाहेर पंगत बसली.

दगडू अगदी थकून गेला होता. त्याला त्याचं वय जाणवू लागलं होतं. आपल्याच्याने आता फार मेहनत होत नाही, हे तो स्वतःला सांगत राहिला.

"हात-पाय धुऊन यायचं न्हाय वो?"

"आता घाल पोटाले. लै उकलले पाय. पोटाले कहार झालाय. रातच्याला ग्येलो त्यो आत्ता येतुया नव्हं? घाल आता भाकर आनी कालवण."

“व्हय. आलूच.”

“ती सटवी रडतीया अजून?”

“न्हाय, तसं न्हाय. लै थंड हाय नव्हं, थरथरती. येक घोंगडं आनायले हवं तिले.”

“आनी आजून काय न्हाय काय? येकाने मोप व्हईल?”

“व्हय...”

“म्हारानी हाय नव्हं ती? येक आख्खं घोंगड हवं तिले? जा, ठिव तिले खाली आनी आदी माझ्या पोटाले घाल.”

भिकू गुमान कोपीत गेली. एक जुनेरं अंथरून गौरीला त्यावर ठेवलं तशी तिने पुन्हा भोकाड पसरलं. तिच्याकडे दुर्लक्ष करून तिने दगडूसाठी ताट घेतलं. वाढता वाढता तिच्या मनात आलं, का जगत्येय ही? आत्ता लहान असताना अशी गत आहे, तर मोठी झाल्यावर म्हातारा-म्हातारी तिला जीव लावतील का? का गेला शिवा? तो असता तर हे असे कावले असते का तिच्यावर? सर्व सोडून द्यावं आणि गौरीला घेऊन निघून जावं कुठेतरी.

“आगं, काय हाताला मेंदी लावून बसली काय गो तू?”

“ह्ये घ्या..”

“कांदा कुटं हाय?”

“देतो.”

गौरी रडतच होती. भिकू दगडूचं पान वाढत राहिली. तिच्या कानावर गौरीचा आवाज जणू पडतच नव्हता.

“अगो भिकू, का हून रडून राहिली गं बारकी?”

“काय न्हाय गं मावशी, आता काम करू की हिले घ्येऊन बसू? रडती तर रडू दी.”

“आण माझ्याकडं, म्या बघतो.”

“मावशी, जेवल्या का?”

“व्हय. आण. काय रे दगडू, जरा बी वाटत न्हाय व्हय नातीसाठी?”

“कसाला वाटल गोमू? माज्या लेकाले खाल्लीन. परवाच्याले बगीतला ना तू? मोतीच्या पायाला दगुड लागला. आता काम करतुया, पन बग, किती येळ लावतू गाडी वढायला. पार निगुन जाताते समदी फुढे. आनी ह्यो तसाच.. मागं मागं. उशीर व्हतो घरला यायला. येकदम

लाष्ट राहतो नंबर माजा. काय करू सांग!''

''पाय काय बारकीने मोडला व्हय? काय तरी तुजां. अगो भिकू, ताप चढला हाय गो बारकीले.''

''व्हय.''

''अगो मग घिऊन जाते का कारखान्यात? तिथं हाय नव्हं डागतर..''

''ग्येलो व्हतो. त्यो शिंदे पडला नव्हं... लै गडबडाट व्हता. मग आलू परत. आता बा आलाय तर जाऊन येतो.''

''कसाले जाती? मरू दे.''

''व्हय रे दगडू. काय हाड हाय का न्हाय जिभंला? तू जा गो घिऊन भिकू. म्या येऊ का संगट?''

''जा, तू बी जा गोमू. आख्खी वस्ती घिऊन जा.''

''नको मावशी, म्या जातू. दे गौरीले.''

''गौरी नाव ठिवलं व्हय? कवा?''

''म्या न्हाई ठिवलं. भूमीताईने ठिवलं.''

''ग्वाड हाय नाव. ने तिले.''

वस्ती आता झोपली होती. अजून तीन-चार तासांची विश्रांती होती. उठून पुन्हा जायचंच होतं ऊसतोडीला. रात्र जागून गेली होती. एका दिवसाची खोटी झाली होती. एका दिवसाचं ओझं ...!

ओझं माईच्या मनावर होतं. शिंदे अजूनही शुद्धीत आला नव्हता.

ओझं भिकूच्या डोक्यावर होतं .. या पोरीचं काय करायचं?

ओझं खरातांवर होतं... पोलीस उगाच बाऊ तर करणार नाहीत ना?

ओझं बैलांच्या मानेवर होतं... उसाच्या मळीचं.

अव्याहत गावभर ये-जा करणाऱ्या गाड्या उसांच्या ...

ओझं गावाच्या रस्त्यांवरसुद्धा होतं.

माई आनंदाने नाचत होती. तिचं पोरगं सुद्धीत आलं होतं. हॉस्पिटलमध्ये जाणाऱ्या-येणाऱ्याला ती आनंदाने सांगत होती, ''राजा सुद्धीत आला. त्याले जाग आली.'' बाजवा शिंदेची औषधं आणायला गेला होता, तो समोर दिसला तशी माई आनंदाने त्याला म्हणाली, ''जागं जालं पोरगं

माजं.'' बाजवा मनापासून हसला. त्याने लगेच खरात साहेबांना फोन लावला.

''शिंदेला शुद्ध आली.''

खरात साहेबांनी सुटकेचा निःश्वास टाकला. लगेच पेढे मागवले. हां हां म्हणता बातमी कारखानाभर पसरली. कामगारांनी एकमेकांच्या तोंडात साखरेची चिमूट टाकली.

''कसा हायस बाळा?''

''हां..''

''बोलू नगं. बोलू नगं. लै तरास सहन क्येलास, बाबा. पडून राहा गुमान. डागतर येतीले आता. रडू नगं. ह्ये बग, म्या रडतू का? न्हाय ना? गप गप.''

एकच कळ गेली, तशी शिंदे विव्हळला.

''दुखत हाय रं? व्हनार बरं. काय सुदिक काळजी नगं. म्या हाय ना. काय हुतंय?''

''पाय हलत न्हाय.''

''गप गुमान.''

''पाय हलत न्हाय.''

''काय नाय रं. जीव वाचिला त्ये बग.''

''म्हंजे?''

''ह्ये बग, डागतर आले... सांगा काय ह्याला? पाय हलत न्हाय म्हनून राहिला.''

आणि मग शिंदेला जाणवलं, त्याला आता कधीच पाय हलवता येणार नाही; कारण तो नाहीये. आणि मग तो कोसळला. रडू लागला, आकांत करू लागला. एकाएकी शांत झाला. उठायचा प्रयत्न करू लागला. त्याला त्याचा तुटलेला पाय बघायचा होता. माई त्याला घट्ट धरू पाहत होती; पण तो तिला जुमानत नव्हता. नर्स अडवत होत्या; पण न जाणो त्याच्या अंगी कसली शक्ती आली होती. शेवटी माई म्हणाली, ''बगू दे त्याला. काय लपवायचं? आत्ता न्हाय तर उद्याले त्याला पाय दिसनार हायच. बरं हाय, बेगिन मान्य करेल. पाय न्हाय आता.''

माईच्या मनाची तयारी बघून सगळे अवाक् झाले.

''माई...''

"ग्येले तीन दिवस ह्यो उठायची वाट बगतुया. तीन दिस तयारी करीत हुते, ह्यो जागा व्हईल, तर त्याले मलेच इस्वास द्यायचा हाय. माजा लेक हाय, अशी कच न्हाय खानार. बगू दे."

शिंदेच्या पायांवरचं पांघरूण दूर करण्यात आलं. गुडघ्याखाली कापलेला पाय, मोठं बॅन्डेज, त्यावर वाळलेल्या रक्ताचे काळे डाग! अगदी मोठ्या डोळ्यांनी शिंदेने सर्व काही बघितलं. एकदा आपल्या आईकडे बघितलं. तिचे कोरडे डोळे त्याला बरंच काही सांगून गेले. त्याने आपले डोळे पुसले. माईचा हात हातात घेत तो म्हणाला,

"माई, म्या जित्ता हाय. तू काय बी घोर करू नगस. आगं, लै काम करेन. इस्वास ठिव माझ्यावर. न्हाय पानी येनार ह्या डोळ्यांत."

"साब्बास माज्या राजा."

बाजवाचे डोळे भरून आले. त्या माय-लेकांचं प्रेम बघून बाजवा हळवा झाला.

"माई, मी आहे तुमच्या मदतीला. पूर्ण कारखानाच आहे मदतीला. साहेब खूप चांगले आहेत. शिंदेला पुन्हा घेतील कामावर."

"व्हय."

शिंदेच्या डोक्यावर हात ठेवून, त्याला जरा थोपटून बाजवा हॉस्पिटलमधून बाहेर पडला. त्याने स्कूटर सुरू केली आणि कारखान्याकडे निघाला. 'हा कारखाना म्हणजे देव आहे इथल्या लोकांचा. इथली अनेक घरं त्याने उभी केली; पण जेव्हा दहा-बारा वर्षांपूर्वी बंद पडला होता, तेव्हा मात्र हा कारखाना म्हणजे एक राक्षस वाटत होता. पोटचा घास काढून घेतला होता याने. मोठाले लोक राजकारण खेळतात आणि आमच्यासारख्यांना पोटासाठी गावोगाव हिंडावं लागतं. किती गाव हिंडले आबा? किती याचना केल्या त्यांनी? पूर्ण खुर्डावाडीची अशीच गत झालेली होती. निम्म्याच्या वर गावातील माणसं या कारखान्यावर अवलंबून. अचानक कारखाना बंद झाला आणि सगळेच बेकार झाले. ज्यांची शेती होती ते- सुद्धा हवालदिल झाले होते. ऊस पिकतोय; पण विकायचा कुठे? मळेच्या मळे ऊस तसाच वाळून जात होता. दुसऱ्या कारखान्यात पाठवायचा तर तो तरी जवळपास कुठे होता? लांबून यायचे काही ट्रक. मालाला मोल कमी मिळायचं. अगदी पोटाला पुरेल जेमतेम, असं वर्ष जायचं.

आबांनी हाय खाल्ली आणि त्यातच ते गेले. आईने मोलमजुरी केली. चार पैसे कसेबसे मिळायचे. ती धीराने उभी राहिली. मोठं केलं, शिक्षण दिलं, इथवर आणून ठेवलं.

आणि मग कित्येक वर्षांनंतर कारखान्याचा भोंगा पूर्ण खुर्दावाडीत घुमला. लोक चकित झाले. आनंदाने नाचू लागले. आता गाव पुन्हा एकदा गरिबीतून वर येणार होता. जल्लोष केला गेला. कारखान्यात पूजा केली गेली. अख्खं गाव पूजेला हजेरी लावून गेलं. प्रसाद, कीर्तन, जेवण.. तो एक सणच होता. त्या वर्षापासून ते अगदी आजपर्यंत गावाने आणि कारखान्याने फक्त प्रगतीच केली आहे. दर वर्षी पूजेला हजेरी लावणाऱ्यांची संख्या वाढतच जात आहे.

उत्पन्न वाढत आहे. आधी पन्नास लाख टन साखरनिर्मिती करणारा हा कारखाना आता साठ लाख टन साखरनिर्मिती करू लागला आहे. असं नाही की काही अडथळे येत नाहीत. रोजच काही ना काही घडत असतं. अगदी अवचित. जसं शिंदे...!! छे, कुठून कुठे आलो. या विचारांना काही धरबंध नसतो. आबा काय आठवले, आईचे कष्ट काय आठवले.. .. काहीही चालू असतं. ...'

"या बाजवा. चांगली बातमी दिलीत."

"होय साहेब. मनावरचं ओझं कमी झालं. साहेब, मोहते येऊन गेले. त्यांनी स्टेटमेन्ट घेतलं शिंदेचं."

"काय म्हणाला शिंदे?"

"त्याचा तोल गेला, असं त्याला आठवत आहे. बाकी पुढचं काही आठवत नाही म्हणाला."

"साहजिक आहे."

"तरी बरं, डोक्यावर पडला नाही."

"अधू झाला..!! ऐन तारुण्यात आहे तो. आत्ता कुठे त्याचं आयुष्य सुरू होत होतं आणि..."

"साहेब, होईल ठीक सर्व. अनेक शोध लागले आहेत. उपाय आहेत. जयपूर फूट आहे. होईल ठीक; पण अजून निदान सहा महिने तरी काम करू शकेल असं वाटत नाही."

"आपण घेऊ काळजी. पैशांची काळजी करू नकोस म्हणावं. निदान पगाराच्या निम्मे तरी देऊ त्याला दर महिना. शिवाय त्याचा

इन्शुरन्स आहेच.''

''हो, सांगतो. मी येऊ आता?''

''बाजवा, पेढा खाऊन जा.''

''हो. साहेब, भूमीताई बरेचदा येऊन गेल्या. त्यांना भेटायचं आहे तुम्हाला. बाहेर आहेत त्या. पाठवू का?''

''पाठव.''

''या भूमीताई. बरेच धावपळीत गेले दिवस. तुम्हाला भेटू शकलो नाही. बोला, काय काम काढलं?''

''अभिनंदन साहेब, शिंदे वाचला.''

''हो ना, निभावलं सर्व ठीक. बोला. काय काम काढलंत?''

''साहेब, शाळेत मुलं येतच नाहीत. अगदी पालावर जाऊन धरून आणलं तरी पळून जातात.''

''ताई, या लोकांचं हे असंच. तुम्ही तरी किती काय करणार?''

''तसं नाही साहेब, गेल्या वर्षी असं होत नव्हतं.''

''अडाणी लोक हे. त्यांना काय सांगायचं? तरी तुम्ही बरेच कष्ट घेता त्यांच्यासाठी. एक काम करू आपण. पुढल्या वर्षी चांगली तयारी करू. सरकारी शाळा आहेतच; पण जर कुणा मुलाला नाही मिळाला दाखला तर मात्र आपण तुमच्या शाळेत सक्तीचं शिक्षण करू.''

''आता काही नाही का करू शकणार?''

''कठीण आहे. जोपर्यंत मुलांना किंवा त्यांच्या पालकांना महत्त्व कळत नाही. तरी बघतो. भैयाला सांगून बघतो. भूमीताई, तुमची तळमळ कळते मला; पण हा प्रश्न सर्वस्वी त्या लोकांवर अवलंबून आहे. उत्तर तेच देऊ शकतात; पण पुढल्या वर्षी मात्र नक्की एक आराखडा तयार करू.''

''समजतं मला. ठीक आहे. या वर्षीची शाळा बंद करून टाकते. तुम्ही जी शाळेसाठी मदत करत आहात, ती कुणा गरजू कामगाराला देऊ शकता. अथवा त्याचं काय करायचं हा तुमचा विचार असेल. एकच विनंती आहे. कमोदिनी आणि विशाखा यांना जर काही पगार म्हणून देऊ शकलात तर त्यांचं घर चालेल.''

''काही चिंता करू नका. मी बघतो. त्यांचे पगार कारखाना देईल.''

''नमस्कार. येते मी.''

कारखान्याच्या आवारात असलेल्या बंद खोलीकडे भूमीने बघितलं. ती तिची शाळा होती. काही तास मुलांच्या सहवासात, त्यांना शिकवण्यात फार आनंदात जायचे. आता त्या रिकाम्या तासांचं करायचं काय? एक मोठा प्रश्न मनात घेऊन भूमी आवारातून बाहेर पडली. निरुद्देश चालत राहिली.

भूमी भेटायला आली आहे हे बघून शिंदेला, माईला बरं वाटलं.

"कसा आहेस?"

"ठीक आहे, बाई."

"औषधं वेळेवर घेतोस ना?"

"जी."

"कधी पाठवणार आहेत घरी?"

"पाठवतो, असं म्हणाले डॉक्टर."

"हे बघ, जराही खचून जायचं नाही. आणि तू आहेसच धीट, मला माहीत आहे. हो ना?"

"जी बाई."

"काही लागलं तर सांग. माई, हक्काने बोलवा."

"व्हय. समदं गाव उभं हाय पाठीशी. काय सुदिक घोर न्हाय बगा. आता ह्याची कळ त्यालेच झेलायची हाय नव्हं. झेलतुया. उबं ऱ्हाणार प्वार."

"नक्कीच. जाऊ मी?"

"येतो म्हनू की."

"येते."

भूमी निघाली, नदीकिनारी जाऊन बसली. या किनाऱ्याने भूमीला जाणलं आहे, समजलं आहे, असं भूमीला वाटतं. तो किनारा जणू तिला वेढून टाकतो. इथे आलं की तिला शांत वाटतं. हळुवार वाहणारं पाणी तिला थंड करत जातं. खोल श्वास घेतला की त्या किनाऱ्याचा गंध अगदी आतपर्यंत जातो. श्वास मोकळा मोकळा होत जातो. तिला वाटलं माई या नदीसारखी आहे. इतकं मोठं संकट आलं, तरी पण ती शांत राहिली. केला असेल आधी आक्रोश; पण नंतर मात्र सर्व धीराने घेतलं. आणि दुसरा पर्याय तरी काय होता? तिचा आक्रोश ऐकायला

तिच्या घराच्या भिंतींत होतं तरी कोण अजून? पण, बाईची जात... संकट आलं की फार खंबीर होते. कुठली ताकद येते तिच्या अंगी कुणास ठाऊक? कोणत्या देवीचा संचार होतो त्या वेळी तिच्या अंगात? कशी काय इतकी ताठ होऊ शकते? संकटाला सामोरी जाऊ शकते? कोणत्याही वेदना झेलते आणि पार पडते. म्हणूनच बाईला मातृत्वाचं वरदान मिळालं आहे. तितक्या वेदना सहन करण्याची शक्ती फक्त तिच्यातच असते म्हणून.

आणि वेदना या वेदनाच असतात. दुःख कोणतं, याने काही फरक पडत नाही. सहन करण्याची ताकद आजमावली जाते प्रत्येक वेदनेत. मग त्या शरीराच्या वेदना असोत की मनाच्या.

मनाच्या वेदना!!

या गावात लग्न होऊन आले, तेव्हा हे गाव म्हणजे एक खेडं होतं अगदी. ना वीज, ना नळ. या नदीने या गावाची तहान भागवली आहे. गावाने मोठं स्वागत केलं आहे. श्रीपतची भूमी म्हणून कोडकौतुक केलं आहे. त्यात आपण शिकलेल्या म्हणून तर फारच मान. घरात लक्ष्मी आली म्हणून कोण आनंद झाला होता सर्वांना. तेव्हा घर किती भरलेलं होतं. इतका मोठा वाडा आपण तरी आधी कुठे बघितला होता? सासू-सासरे, दीर, नणंदा, आजेसासूबाई. माणसंच माणसं.

फुलांनी, फळांनी बहरलेलं अंगण. ओटी, माजघर, माडी, स्वयंपाकघर, मागचं अंगण. घरात गडी माणसं. फार श्रीमंत होतो असं नाही; पण आलबेल होतं. शेती, मळे. हा सगळा डोंगराळ भाग. झाडांनी, वृक्षांनी आच्छादित. कधी जावं फिरत फिरत तर झाडांची दाटी ऊन लागू द्यायची नाहीत अंगाला. गारवा तर इतका की ऐन उन्हाळ्यातसुद्धा शहारा यावा. आणि पाऊस म्हणजे अखंड, अव्याहत बरसणारा. वाटायचं, कधी थांबणारच नाही हा पाऊस. अगदी आयुष्यभर असाच पडत राहणार. चिखल होऊन जायचा सर्वत्र.

वर्ष, दोन वर्षं जणू पंख लागल्यासारखी उडून गेली. मग मात्र मनाच्या कोपऱ्यात एक आस निर्माण होऊ लागली, चाहूल कधी लागणार? आपल्या- नंतर लग्न होऊन आलेल्या त्यांची कूस भरून गेली; पण आपली मात्र रिकामीच राहिली. मग डॉक्टर झाले, वैद्य झाले, कसले कसले काढे पिऊन झाले. आणि हे सर्व आपणच केलं.

श्रीपतला कधी कुठल्या वैद्याकडे का नाही नेलं गेलं? आपण तरी तसा हट्ट का नाही केला? अशी कशी समाजाची आणि म्हणून आपली मानसिकता? खोट कायम स्त्रीमध्येच आहे, हे का गृहीत धरलं जातं?

कौतुकाला घसरण लागली. गावात कुठे बारसं असेल, सातव्या महिन्यातलं ओटीभरण असेल, तर आपल्याला टाळण्यात येऊ लागलं. जर कुणी पाहुणा आला असेल तर ओटीवर यायची बंदी झाली. माजघर आणि स्वयंपाकघर नाही तर मागचं अंगण. क्वचित माडी. आपला वावर तितकाच राहू लागला.

एक एक नणंद लग्न होऊन सासरी गेली. आणि जावेने घरात भिंत उभी केली. शेवटी गाव सोडून शहरात गेले सगळे. राहिलो फक्त आपण आणि श्रीपत. हा हा म्हणता घर ओस झालं. लक्ष्मीचं रूप हरवून गेलं आणि तिची जागा वांझ या शब्दाने घेतली.

अंग तापून उठायचं. तळमळ वाढत जायची. आस लागून राहायची; पण श्रीपत काही जवळ करायचा नाही. उलट उर्मट होऊन म्हणायचा, "काय उपयोग? फळ तर काही देणार नाहीस तू. मग उगाच झोंबायचं कशाला?"

झोंबायचं? शरीर म्हणजे फक्त एक भूक? मनाचं काही नातं नाही? आधी मिलन मनाने व्हायला हवं ना? फक्त शरीराने मिलन करायचं तर मग त्यासाठी आहेत की कितीतरी जणी.. भूक शमवणाऱ्या. मग मी कोण होते? माझी भूमिका काय होती? माझी भूक होतीच. प्रत्येक शरीराची असते; पण ती फक्त शरीराची भूक होती. मनाने, हळुवार फुलवत नेणं, फुलत जाणं.. भूक ती होती.

निस्तेज, मेलेल्या पलंगावर एक जीव तळमळत तळमळत नंतर दगड झाला. दगड झाला तो कायमचाच. आणि मग जेव्हा त्याची भूक भागायची नाही, तेव्हा त्याला या हक्काच्या दगडाची आठवण यायची. हं.. दगडाचा उपभोग घेऊन एक शरीर श्रांत होऊन जायचं आणि मग दगडाच्या नकळत दगडाला पाझर फुटायचा. उपभोग घेतला जातो आहे आणि दगड अश्रू गाळतो आहे. कमाल आहे, तेही त्या शरीराच्या लक्षात यायचं नाही.

ती तशी रात्र उगवली की, अगदी नको जीव होऊन जायचा. दिवस तर कसाही जायचा. जनावरं होती, शेळ्या, कुत्री, मांजरी.. फार जीव

लावायचे सगळे. रमून जायचं मन त्यांच्यात.

आणि मग ती रात्र!! गावात तमाशा आला होता, ती रात्र.. .. !!

छे.. भरकटले.

एकूण काय? वेदना या असतातच. कुणाला मनाच्या, तर कुणाला शरीराच्या...

शरीराच्या?

मनाच्या?

शिंदेला तर या घडीला दोन्ही वेदना आहेत.. शरीराच्या आणि मनाच्या..!!

मना श्रेष्ठ धारिष्ट्य जीवी धरावे ।
मना बोलणे नीच सोशीत जावे ॥
स्वयें सर्वदा नम्र वाचे वदावे ।
मना सर्व लोकांसि रे नीववावे ॥

तुफान भांडण, तुफान वाद, आरडाओरडा... पालामध्ये अगदी कहर चालू होता. भैया सर्वांना शांत करण्याचा प्रयत्न करत होता; पण त्याला कुणी जुमानत नव्हतं.

"आरं, काय झालंय? सबुरीने घ्या की."

"त्ये काय सांगून राहू नको तू भैया. ह्यो सावजी काय ऐकूनच न्हाय मागत."

"काय झालं, ते तर सांगाल."

"तू मंदी पडू नगं. आम्मी आमचं निपट मारू."

"हो का? आणि ते कसं? ह्ये असं हातघाईवर येऊन?"

"पवनला इचार काय त्ये."

"काय रे पवन? काय झालं?"

"म्या कुटं काय? ह्यो सावजीच खोडी करून झाला की."

"आता तुम्ही दोघं नीट सांगणार आहात, का मी तुम्हा दोघांना दोन दिवस घरी बसवू?"

"आत्ताच जातो की म्या. काय खपवून न्हाय घ्येणार. इथं न्हाय तर तिथं .. काम भ्येटेल. पन उगा कुनाचं कानांवर न्हाय घ्येनार. माज्या

गाडी म्होरं गाडी घाल्तुया हा पवन. आता मी गुमान येका लाइनीत चालीत व्हतो. माझं बैल बी शिस्तीत येका रेषेत चालीत व्हते. ह्यो मागून येतुया माज्या. बगा अं आता.. म्या चाल्तुया. मागे येशटी येतीया. फुडून येशटी येतीया. आता म्या कड गाठली. येशटीला जाऊ दिलं. फुडूनची येशटी मला वलांडून ग्येली. आता म्या पुन्ना लायनीत येतुया तर ह्याने त्याचे बैल घातले नव्हं. माज्या वाटेवर का हून येनार ह्यो? येवढा ऊस गाडीत, वजन किती असतंय, काय म्हाईत न्हाय ह्याले? आनी जाऊन जाऊन किती फुडे ग्येला? येक गाडी फुडे. ह्यो पोचायच्या आधी ईस, ईसावर अजून दोन चार गाड्या कारखान्याच्या लायनीत व्हत्या. काय मोटा ग्येला फुडे? पन माज्या म्होरं जायाचं तर माझ्या बैलाले डावलून ताकतुया. तोल जातू नव्हं त्यांचा. ग्येला, तशी गाडी ग्येली रस्ता सोडून. येका बाजूला गाड्या आनी येका बाजूला इतभर खोल रस्ता. आता त्या खड्ड्यातून गाडी बाहीर काढायची म्हंजे किती जीव जातुया माजा आनी बैलांचा. उगा मार खाल्ला बैलानं. लै रडत व्हते. ह्ये डोळ्यांतून पानी. म्या बी काय करनार? चमेली बसलेली गाडीत, तिले खाली रस्त्याला उभी केली आनी तिने कासरा वढला, तवा कुटं बैल वाटेला आले. बगा बगा तिचे हात बगा. पार भडोळले हायत, तर काम कसं करावं हो? थंडीत बी घाम फुटला नव्हं तिले. अजून पोटाला भाकर तुकडा न्हाय.''

''काय रे पवन? कुठली घाई लागली होती तुला?''

''काय ना बा. आता मले काय ठाव? म्या तर माज्या रस्त्याने जात व्हतू.''

''किती ऊस होता तुझ्या गाडीत, पवन?''

''आसल सात-आठ टन.''

''का? मोजला नाहीस तिथे? मोजल्याशिवाय कारखान्यात ऊस घेतात का?''

''आठ टन आनी वर दोनशे.''

''तुला सात टनाचे पैसे मिळतील.''

''असं थोडी असतं राव?''

''तर मग चमेलीचे हात बरे होईपर्यंत त्यांचं जेवण तू बनव.''

''ह्ये फारच...''

"असंच होईल. तुला काय जमतंय ते बघ. शिधा त्यांचा; पण जेवण तू बनवून द्यायचं. कबूल असेल तर ठीक. नाहीतर पैसे कापणार मी तुझे आणि ते सावजीला देणार."

"ह्ये ब्येस. मला पैका नगं. भाकरी दे बनवून."

"त्ये काय जमायचं न्हाय."

"उगा अंगधट[१२] करू नगं. म्या काय राकडला[१३] न्हाय. भानार[१४] नगं हाय. चार भाकर आनी येक बाडगी[१५] कालवण मोप हाय."

"आता चकोट्या नको. हे ठरलं. आणि तुम्ही पण लक्षात ठिवा. ह्ये असं काय होतंय तर चालणार नाय. मी जातोय आता. आपापल्या कामाले पळा."

लोक पांगले. पवन आणि सावजी मात्र तिथेच थांबले. एकमेकांकडे बघत राहिले.

"आता काय डोळ्यांनी खानार काय तू मले?"

"न्हाय, जाऊ द्यावं. ज्ये ग्येलं त्ये ग्येलं. येकाच गावचे आपुन. हितं आनी तिथं समदी तू आनी म्याच. मग काय म्हणून झगडा करून राहायचा? न्हाय का?"

"भूल जाली बग माजी. उगाच कावलो. ए सावजी, तू लै मोठ्या मनाचा. चल, भाकर-कालवण करतू समद्यास्नी."

"जाऊ दे रे गड्या. पुन्ना करू नगं आसं म्हंजी जालं. अरे आपुन कसे दिस काडले म्हाईत हाय नव्हं? ह्यो भैया तवा कुटून कुटून यायचा. कोनचं गाव त्याचं काय की. ह्याचा बा हितं हुता ऊसतोड्या म्हनून. आनी त्याची म्हातारी असायची ह्याच्या संगट. तवा मी बी लै ल्हान व्हुतो. माझ्या बा बरुबर यायचो. लै वरस जाली बग. चल, तिथं बसू पाहुतीवर.[१६] हाय का इडी? का तंबाखू मळतो?"

"घ्ये. आज तू शिग्रेट घ्ये."

---

१२. अंगधट : अंगचटीला येणे

१३. राकडला : अधाशी

१४. भानार : मेजवानी

१५. बाडगी : मातीचं चिंचोळं भांडं

१६. पाहुती : पायरी

“काय? च्या मारी! बरं, द्ये. इस्तू लाव की गड्या. हां, अस्सा. तर काय सांगीत हुतो? म्या लै ल्हान हुतो. बा, आवै ऊसतोडीला यायचं तर मले बी घिऊन यायचं. आपलं गाव किती कोस वाव हाय, तुले म्हाईत हाय. तर तिथ पावेतून हित पावेपरोत यायचं बैलगाडीत बसून. दोन दिस अख्खे लागायचे पोचायले. पाहाल[१७] जाली की चालले. गाडीत सामान आनी आपन चालत यायचं. बा कंदी बसवून घ्यायचा बाजुले तर कधी आवै पाठुंगळी घ्यायची. लै थकायची बग. आनी वाट ही अशी. आता डांबरी वाट झालिया. तवा मातीची वाट. लै दाट रान, मसरे, आनी जनावरांचं भय. रातच्याला कुटल्या गावात पथारी टाकायची. प्वोटाले भकाळी[१८] पडलेली असायची. येक बरं हुतं, अख्खं गाव संगती चालायचं. सगळी गोळा होऊन जेवण शिजवायची. ही मोट्टी चूल पेटायची. भिंतताळा[१९] आम्मी मुलं गोळा करीत असू, आनी बाप्ये बाकस[२०] काडून दित. ह्यो जाळ हुयाचा. आनी भात शिजायचा रटरट. लै जहाल कालवण, ह्ये लालभडक. डोळं, नाक गळतया, तरी बी खाताते, खाताते. मग रातच्याला आभाळाखाली उताण हूयाचं. आश्शी थंडी की बळगी[२१] बी पुरायची न्हाय. सगळे बाप्ये ताडी जिरवायचे. आंबूस वास भरून राहायचो. आज बी समदी याद हाय.

“बैलांना पानी, बाकस दाखवून समदी आराम झिंगायचे. बैलबी लै टेकीस आलेलं असायचं. ढीमोरा[२२] टेकवून ब्येस पडून जायचे. मंग पुन्ना पाहाल जाली की चालला तांडा. कंदी कुनाला रातच्याले जनावर डूक मारायचा, तर कंदी कुनाला भिकूण[२३] झोप लागू द्यायचे न्हाईत. कुनी असायचा पादभेकाड, त्यो आख्खी रात जागून काडायचा.

“निगायच्या अगुदर दिसभरासाटी भाकर करून घ्यायची. कांदा

---

१७. पाहाल - पहाट

१८. भकाळी पडणे - भुकेने पोटात खड्डा पडणे

१९. भिंतताळा - ढलपा

२०. बाकस - तुकडे

२१. बळगी - जाड कापड

२२. ढीमोरा - बूड

२३. भिकूण - ढेकूण

अन् चटनी. ह्यो असा मजल मारीत पोचायचा तांडा. लै कस्टाचे दिस व्हते बग. आनी ह्यो पुरा डोंगुर चढायचा, उतरायचा, पुन्ना दुसरा डोंगुर चढायचा, उतरायचा, तवा कुटं हितं पोचायचं. इच्चार कर पवन, कसं जगले रे आपले बाप? हीच आपली वंशिक. माज्या बाने मले शिकवलं, माझ्या बाच्या बाने बाला शिकवलं. ह्येच, ऊस तोडायचं. आनी काय? आता मी माज्या पोराले ह्येच शिकवणार. हाय काय अजून? येक ब्येस हाय आता, ट्रक येतुया आपल्याले न्यायाले. त्यो येक तरास कमी जाला.''

''सावजी, जर बैल नसतं तर रे?''

''तर मंग काय? कायच न्हाय. गावाले पाऊसपानी न्हाय. गुरं जगायचं कसं? मानुस जगत न्हाय, तर गुरांना कोन बगतंय रं? येवढी जमीन हाय, काय उपेग? कसायचं तरी काय? जर पाऊसपानी असतं तर कोन हितं आलं असतं रे मरायले? ह्यो गारठ्याचा करार, आनी ती उघडी कोपी, बाल बच्चे, अख्खा संसार घिऊन येतुया हितं... कसाले आलू असतु? आता तूच बग. लै शिकलास. शाळा शिकून जाली. काय करतुयास? ज्ये मी करतू त्येच तू करतू. म्या शिकलो न्हाय. तू शिकला. काय उजळ क्येलास?''

''लिवता, वाचता येतंय नव्हं. आता म्या बी भैयासारका होऊ शकतो नव्हं?''

''व्हय. व्हय. त्ये बरी खरं. होच तू. आनी मोटा हो. गावाले नाव मिळल.''

''तू का न्हाय मुकुंदाले शाळत जाऊ देत? शिकू दे की त्याले.''

''त्यो काय शिकनार? अरे, माज्या डोक्याचा हाय त्यो. भडंगळ. काय बी रुजायचं न्हाय त्याच्या डोस्क्यात. बरं हाय, हाताशी येतुया. लै थंडी भरली की रं. जरा जाळ करू चल.''

''सावजी, मले माफ कर. म्या लै वंगाळ वागलो.''

''चालतं रं. नव्या रगताचा हायस. काय नाय. ह्ये बग, दिला सोडून.''

पवनच्या डोळ्यांत पाणी आलं. त्याने सावजीला हात दिला. दोघं पायरीवरून उठले. सूर्य मावळतीकडे झुकत होता. तांबडं आभाळ हळूहळू जांभळं होत चाललं होतं. प्रत्येक कोपीच्या बाहेर पेटलेल्या चुली हळूहळू शांत होत होत्या. उगाच कुणी जनावर हंबरत होतं. कुठे कुठल्या कोपीतून हसण्याचा बारीकसा आवाज उमटत होता.

पूर्वेला चंद्रकोर उगवत होती.

खुर्दावाडीत आज लगबग होती. मत्स्योदरी देवीचा मोठा उत्सव अगदी चार दिवसांवर येऊन ठेपला होता. खरं तर या देवीचं मूळ मंदिर आहे जालन्याच्या जवळ अंबड गावात. अतिशय प्राचीन मंदिर. स्कन्दपुराणातही या देवीचा उल्लेख आहे. स्वयंभू मूर्ती आहे. निजामाने इथे राज्य केलं होतं आणि जेव्हा मराठवाडा मुक्ती संग्राम झाला, तेव्हा हे मंदिर महाराष्ट्रात सामावलं गेलं. श्री महालक्ष्मी, श्री महाकाली आणि श्री महासरस्वती ही तीनही पीठं या ठिकाणी मत्स्योदरीच्या रूपाने एकत्र आलेली आहेत. तीन लाल रंगाचे मुखवटे असलेली ही देवी जागृत देवी आहे असा विश्वास आहे. याच देवीचं एक रूप खुर्दावाडीत आहे असा इथल्या लोकांचा विश्वास आहे. खरं तर नवरात्रीत मोठा उत्सव असतो अंबडमध्ये; पण इथल्या लोकांचा असा भाव आहे की त्या उत्सवानंतर मत्स्योदरी देवी इथे प्रवास करून येते. आणि तीन दिवस तिचं वास्तव्य असतं. तिच्या या वास्तव्यामुळेच खुर्दावाडी पावन झालेली आहे, असाही विश्वास आहे.

देवीचा उत्सव मोठ्या दणक्यात साजरा केला जातो. डोंगराचा काही भाग चढून गेल्यानंतर तिचं मंदिर दृष्टिपथात येतं. मंदिराला रंगरंगोटी केली जाते. फुलांनी मंदिराला सुशोभित केलं जातं. मंदिराचा परिसर अतिशय रमणीय आहे. मोठमोठाल्या वृक्षांनी आच्छादलेला आहे. शंभराच्या वर पायऱ्या आहेत. कुणी कधी कशा बांधल्या हे मात्र कुणाला ठाऊक नाही.

जत्राच भरते. पूर्ण खुर्दावाडी दिव्यांनी, रोषणाईने उजळून निघते. सगळीच घरं आपल्या घरातला सण आहे अशी नटतात, सजतात. देवीची पालखी निघते. डोंगर उतरून देवी सर्वांना आशीर्वाद देण्यासाठी येते, प्रत्येक उंबरठ्यात देवीची पालखी टेकते, तिला ओवाळलं जातं, खण-नारळ दिला जातो, फुलं वाहिली जातात, तिच्या माथ्यावरचं कुंकू प्रत्येक सुवासिनी स्वतःच्या माथ्याला लावून घेते. अगदी लगबग असते. जरा टेकते न टेकते तोच पालखी उचलली जाते. देवीचा जयजयकार होत राहतो. पालखीचे भोये बदलत राहतात. प्रत्येकाला तो मान

मिळतोच असं नाही. त्यातही जरा उच्च-नीच आहेच; पण कुणाला राग येत नाही. कुणी कमीपणा मानत नाही.

नंतर पालखीला मोठे दोरखंड लावले जातात. काही जण पालखी पुढे खेचतात, काही जण मागे खेचतात. ही खेचाखेची काही काळ चालू राहते; कारण इतकंच की देवीने जाऊ नये. तिने कायम इथेच वास्तव्य करावं. जर काही कमी-जास्त झालं तर देवीचा कोप झाला आहे, पाप वाढलं आहे, अशा चर्चेला उधाण येतं. मग काही नवस बोलले जातात. कुणाच्या अंगात येतं. बायका घुमू लागतात. एकच धूम होते.

दिवेलागणीला पालखी पुन्हा मंदिरात जाते. देवीला तिच्या सिंहासनावर स्थानापन्न केलं जातं. आणि मग आख्यान सुरू होतं. देवीची महती सांगितली जाते. आरती होते. प्रसाद वाटला जातो. मोठ्ठाली पातेली भरून भरून भात- वरण शिजवलं जातं. शिरा हे मुख्य पक्वान्न. पत्रावळीवर पंगती उठत जातात.

खुर्डावाडी या उत्सवाची तयारी करण्यात अगदी मग्न झालं. पूजेसाठी भटजी कुठून आणायचे? कोण किती तांदूळ-डाळ दान करणार? कारखाना किती साखर देणार? फुलं कुठून आणायची? जत्रेत कुणाचे कसले ठेले असतील? उसाच्या गाड्यांनी कुठून जायचं? गावातले रस्ते मोकळे राहतील, अशी तजवीज करायची. एक ना दोन.

पालंसुद्धा या उत्सवात सहभागी होण्यासाठी आतुर झाली होती. त्यांच्यापैकी गेल्या वर्षी ज्यांनी कुणी नवस बोलले होते, ते त्यांना फेडायचे होते. काहींना नवस करायचे होते. गावातून वर्गणी गोळा केली जात होती.

"भैया, सर्वांना सांगून ठिव, वर्गणी द्यायची हाय."

"देतील की. देवीला नाही कुणी म्हणत नाही. मी सांगतो सगळ्यांना."

"येतो मग उद्याच्याले."

कोणी किती वर्गणी दिली याची नोंद होत होती. कुणी कमी पैसे दिले तर त्याच्या नावाने शिमगा होत होता. कुणी जास्त दिले तर उदोउदो होत होता. गाव सजू लागलं. पूर्ण वर्षभर पोरक्या झालेल्या मंदिराच्या पायऱ्या, त्यांचं पोरकेपण अचानक संपलं. त्याही हे जाणून होत्या की ही वर्दळ असणार आहे फक्त पाच-सहा दिवसांसाठी. नंतर मात्र पुन्हा एकटेपण. कुणी एखादा आलाच वाट चुकून तरच. मंदिराला

एक पुजारी तेवढा होता. तो कायम वरती डोंगरावरच राहायचा. गाव त्याला शिधा द्यायचं. वर्षातून दोनदा वस्त्र मिळायचं. त्याचीही याहून काही जास्त अपेक्षा नव्हती. सडाफटिंग, जगायला अजून काय लागतं? आणि देवी होती ना त्याची काळजी घेणारी. खूप झालं! मात्र या तीन दिवसांत त्याचा भाव फार वधारायचा. जरी बाहेरून भटजी आणले गेले, तरी मुख्य मान त्याचाच असायचा. त्याला देवीचा रागरंग कळायचा. देवी त्याच्याशी बोलते, असा एक समज होता. देवीकडून जर कुणाला काही काम करवून घ्यायचं असेल, तर पुजाऱ्याला सांगितलं जायचं. आणि मग तोही त्याच्या मनात त्या क्षणी जे काही येईल, ते सांगायचा, देवीने निरोप दिला आहे, असं सांगून.

वर्गणी गोळा करायला भैया पालावर आला.

"कोण कोण किती काय देताय देवीला? हा भट आला आहे त्याच्याकडे द्या. काय गं भिकू? किती देतेस? दगडू दिसत नाही तो?"

"हाय म्या इथंच. काय सुदिक न्हाय द्यायाचं देवीले. माज्या घरात मसरे[२४] केलान तिने, आनी आता पैका देऊ होय? ह्यो बारकी, तिच्याच सारकी. देवीचं रूप हाय ह्यो? हडळ हाय. खाऊन टाकली पोराले माज्या. जा, काय सुदिक न्हाय देनार."

"बा, असं काय करून जाला तू? देवीचा कोप हुतोय."

"काय बाकी हाय कोप? घराले विस्तू लावलान. आता बाकी हाय काय? देवीला देऊ होय? ही बारकी घिऊन जा. घाल तिच्या पायाशी. आनी ठिव तिथंच. उगाच नस्ती ब्याद. म्या दगडू आजच्याला तुज्या देवीले ह्या बारकिले द्येतो. देवीचो रूप देवीले. जा आता. घिऊन जा संगट."

यावर कुणी काही म्हणालं नाही. भिकू तिथून निघूनच गेली. तिच्या कोपीत गेली आणि मग मात्र तिला रडू आवरेना. आजच शिवाला जाऊन चार महिने झाले होते. दुःख अजून ताजं होतं. त्याची आठवण नाही असा एकही दिवस जात नव्हता. संसार चालू ठेवायचा. घरात इतकी माणसं, त्यांचं पोट भरायला हवं, आयुष्य एका माणसाच्या जाण्याने थांबत नाही, हे तिला समजलं होतं. दुःख होतं; पण ती ते दुःख कुणासमोर दर्शवत नव्हती. आतल्याआत जळत होती. गौरीला छातीशी

---

२४. मसरे करणे : वाटोळे करणे

घट्ट धरून त्या दुःखावर मात करण्याचा ती प्रयत्न करत राहिली.

"भिकू, आहेस का गं आत?"

"कोन हाय? भूमीताई?"

"हो."

"या की."

"काय झालं गं? डोळे का लाल दिसतायत? रडलीस ना?"

"त्ये तर आता हमेशाच आहे, ताई."

"काय झालं?"

"आज शिवाले जाऊन चार मास जाले ताई. आनी मी बगा, दुक सोडून ह्ये हिथे ही असा काम करीत दिस काढतुया. गौरीले जरा बी डोळ्याम्होरं ठीऊन घेई न्हाय म्हातारा. बास जालं की आता. जानारा तर ग्येला. आनी जी जीत्ती हाय तिले मारायला धावतुया म्हातारा. काय करू म्या? येकटी काय नी किती बगू? आवै बी तसलीच. फोन करती कंदी तर इचारत बी न्हाय की कसी हाय गौरी? माज्या पोरांच्या मनात बी इस घालतीया. पोरांले बहिनीसाटी काय वाटेनासं जालं हाय बगा. ही जनमली आनी म्हनून शिवा ग्येला आसं बोलून राहिली ती म्हातारी. आता रोज रातच्याला जातुया ऊस तोडायले, तर हिले इतकी थंड लागून राहते की काय इच्चारू नका. मळ्यात येकटीला ठीऊन ऊस तोडतो बगा. आता म्या बाईमानुस, किती हात चालनार माजं बी? आदी कंदी ह्यो काम क्येलेला न्हाय. तरी बी इतराले बगून बगून काम करतुया. हात बगा माजं. पुरी साल निगुन आली हाय. तरी गुमान करीत राहतो. क्येलं पायजेल. पोरांचे पोटाले खायला काय घालू न्हाय तर? आनी जगू तरी कसे आम्मी? तिथं गावाले पानी न्हाय. चार-दहा डोकी आसतील गावाकडं, तरीबी पान्यासाटी वणवण हाय. हितं जगता तरी येतंय. पन ह्यो म्हातारा जगू द्येत न्हाय. काय पाप हो ताई माजं?"

"पाप वगैरे नसतं काही. उगाच काही विचार करत बसू नकोस. जातील हे- ही दिवस. बदलतील. आण गौरीला माझ्याकडे. दे. लबाड किती गोड हसत्ये. हिचं हसणं बघ. किती निर्मळ आहे. निर्व्याज. तुझी सगळी दुःखं तिच्या या हसण्यात विरघळून जातील बघ. आणि आता देवीची जत्रा आहे ना, मनापासून नमस्कार कर तिला. काही मागू नकोस. कसले नवस नकोत. फक्त भक्ती ठेव. सगळं छान होईल."

"येक इचारू ताई? तुम्मी अशा कशा राहता वो?"

"म्हणजे?"

"कसं इचारू? जाऊ द्यावा."

"विचार. कुणीतरी आज खूप दिवसांनी माझ्याबद्दल काही विचारत आहे. मला समजलं तुला काय म्हणायचं आहे ते. आहे, माझा नवरा आहे जिवंत; पण काय उपयोग मला त्याचा? तो गेला त्याच्या वाटेने. तुझ्यासारखंच मला वाटायचं, कशी जगू? मूल नाही, बाळ नाही. कुणी आपलं म्हणावं असं माणूस नाही. काही दिवस फार वाईट गेले. एकटी राहिले. स्वतःला कोंडूनच घेतलं होतं; पण मग वाटू लागलं, मी तर काहीच केलेलं नाही. मी कशाची लाज बाळगायची? मग सताड उघडलं दार. मनाचं आणि घराचंही. आणि बाहेर पडले. इथल्या सरकारी शाळेत शिक्षिका होते. पुन्हा जायला सुरुवात केली. मुलांना शिकवू लागले. पुन्हा सर्व सुरळीत होतंय असं वाटू लागलं; पण नाही, नवऱ्याने केलेल्या पराक्रमाचं फळ मला मिळू लागलं. मोठ्या वर्गातील मुलं मी शाळेत आले, वर्गावर आले की कुजबुजू लागायची. स्टाफरूममध्ये चर्चा व्हायची, अगदी हळू आवाजात. नवरा नाचणारीच्या मागे गेला, यात माझं शील तपासलं जाऊ लागलं. मग मला सगळ्याचा उबग आला. मी शाळा सोडली; पण अंगात मुरलेली शिक्षिका मला गप्प बसू देईना.

"कारखाना सुरू झाला ना पुन्हा, तेव्हा मग ही माझ्या मालकीची जमीन मी तुम्हा लोकांना राहायला देऊ लागले. तुमची मुलं इथे येतात आणि ज्या मुलांना शाळेत प्रवेश मिळत नाही ती उगाच उंडारत राहतात, हे मी बघितलं. आणि मग अशा मुलांसाठी मीच एक शाळा काढली. अगदी धरून आणावं लागतं मुलांना, या, शिका.. मी हे सर्व करू लागले. आणि आता तर खरात साहेब स्वत: जातीने लक्ष घालतात. माझ्या शाळेत मुलांनी आलंच पाहिजे, असा एक दंडकच घातला आहे त्यांनी. तुम्ही इथे येता, हे सहा महिने मला मी जिवंत आहे, हे जाणवून देतात. मी वाट बघत असते तुम्हा ऊसतोड्यांची. इथे कुणालाही विचार, मला ओळखत नाही असा एकही कामगार तुला भेटणार नाही."

"लै भारी आहात ताई तुम्मी."

"भारी? असेनही. तुम्ही माझ्याकडून काही शिकता की नाही, हे

मला माहीत नाही; पण मी मात्र तुमच्याकडून खूप काही शिकत असते. आता तूच बघ ना, किती खंबीरपणे उभी राहिलीस तुझ्या कुटुंबासाठी! तू शिवा झालीस आणि भिकू पण. दगडूला आत्ता नसेल समजत, त्याची तितकी बुद्धी पण नाही. आयुष्य गेलं फक्त ऊस तोडण्यात. ज्याला फक्त तोडणं माहीत आहे, त्याला जोडणं कसं समजणार? कुणाच्या जन्मामुळे कुणाचा मृत्यू होत नाही, आणि कुणाच्या मृत्यूमुळे कुणाचा जन्म होत नाही, हे त्याला नाही समजणार; पण तू तर हुशार आहेस. तुला खूप समज आहे. तुलाच तुझा लढा द्यायचा आहे. शिवा गेला हे नक्कीच वाईट झालं; पण त्यातून तू उभी राहिलीस, हे किती चांगलं झालं. हो ना? मी शिकले आहे तुझ्याकडून, काय सांग?''

''आत्ता वो? आनी त्ये काय?''

''जतन करणं! ऊठ. अशी बसून राहू नकोस. बाहेर किती छान वारं सुटलं आहे. गौरीला घे. मी गौरीसाठी एक शाल देते. आणि ती तुझ्याचकडे ठेव. ठीक आहे? आलेच.''

भूमीने दिलेल्या उबदार शालीत गौरी गुरफटली गेली आणि शांत निजली. भिकूच्या डोळ्यांतील कृतार्थ भावना भूमीला त्रास देऊ लागली. ती निघाली तिच्या कोपीतून.

एक शाल ती काय? त्यासाठी इतके भाव डोळ्यांत? साधी ऊबही मिळू नये? हे असं उघड्यावरचं जगणं किती त्रासदायक.

भूमी परतताना आपल्या वाड्याकडे बघत राहिली.

या वाड्याने आपल्या डोक्यावर छप्पर ठेवलं आहे. किती वर्षं झाली या वाड्याला आपण ऊब दिलेली नाही. अशाच राहतो. वाड्यावरून हात फिरवायला हवा. कड्यांना तेलपाणी करायला हवं. नवीन कौलं घालायला हवीत. डागडुजी करायला हवी. किती येईल खर्च? बराच येईल. जाऊ दे, कशाला करायचा? आहे कोण इथे अजून आपल्याशिवाय? आपल्यानंतर या वाड्याकडे कोण बघणार आहे? दान करावा हा वाडा. मृत्युपत्र लिहून ठेवावं. किती काळ जगणार आहोत, हे तरी कुठे माहीत आहे? पालं उतरतात ती जमीन आहे, भरपूर पैसा मिळतो या सहा महिन्यांत. वर्षभर पुरून उरतो. एकटीला काय लागतं जगायला? किती लागतं?

कारखान्याचा भोंगा वाजला तशी भूमी विचारांतून बाहेर पडली. शांत चालत राहिली. तिच्यासारख्याच जुन्या झालेल्या वाड्याकडे.

हवेत गुलाल उधळला जात होता. वाजंत्री वाजत होती. ढोलताशांनी पूर्ण वातावरण दुमदुमत होतं. धूप, उदबत्तीचा सुगंध दरवळत होता. फुलांच्या पाकळ्यांनी गावातले रस्ते सजले होते. चांदीचा पत्रा लावलेली लाकडी पालखी डोंगरावरून खाली उतरत होती. मत्स्योदरी देवी सर्वांचं घर पावन करण्यासाठी डोंगर उतरून खाली येत होती. लेझिम वाजत होतं. झांजा झुमझुमत होत्या. देवीचा जयजयकार होत होता. सर्व काही विसरून अख्खं गाव एकरूप झालेलं होतं. आजूबाजूच्या गावातील माणसं मोठी गर्दी करत होती. पाय ठेवायला जागा मिळू नये इतकी गर्दी. स्वयंसेवक कुठे काही गैरप्रकार होत नाहीत ना, याची खबरदारी घेत होते. पालखी गावाच्या वेशीपाशी नेण्यात आली. आणि मानाप्रमाणे देवीला हळद-कुंकू, ओटी, हारतुरे वाहिले जाऊ लागले. देवीचा गावात प्रवेश झाला. देवीच्या कपाळावरचा मळवट, त्यातलं एक बोट स्वतःच्या कपाळावर टेकवून घेण्यासाठी ही झुंबड झाली. देवी आस्ते आस्ते पुढे येऊ लागली. क्षणभर प्रत्येक उंबरठ्यावर टेकू लागली. ते ते घर पावन होऊ लागलं. वांझ घरं टाळली जाऊ लागली. ज्या घरात त्या वर्षी मृत्यू झाला असेल, तो उंबरठा वगळला जाऊ लागला. त्या उंबरठ्याने वैषम्य वाटून घेतलं नाही.

पालखी जात राहिली. जयघोष होत राहिला. कारखान्यापाशी पालखी आली. स्वत: खरात, मिसेस खरात यांनी देवीची साग्रसंगीत पूजा केली. नेवैद्य म्हणून सर्वांना शिरा-पुरी देण्यात आली.

ऊसतोड्यांच्या गाड्या आज वेगळ्या वाटेवरून ये-जा करत होत्या. जरा लांबची वाट. आधीच हा सर्व परिसर डोंगराळ. गाडी ओढताना बैलांची दमछाक व्हायची. आणि आता ही वेगळीच वाट. अपरिचित. इतके महिने ज्या वाटेवरून ये-जा करत होते, त्या वाटेची त्यांना पण सवय झालेली. आणि आज अचानक आपला मालक आपल्याला दुसऱ्याच वाटेवरून नेतो आहे, ते गोंधळले होते. खुरांना खाचखळगे समजत नव्हते. पाय वाकडे होत होते, घसरत होते. तोल गेला की गाडीला लावलेला दांडा मांड्यांना घासला जात होता. कितीही कातडं जाड आहे म्हटलं तरी त्या घर्षणाने अगदी आत एक कळ येतच होती. तोंडातून फेस येत होता. डोळ्यांतून पाणी ओघळत होतं. जरा चाल

मंदावली की पाठीवर कोडगा उमटत होता. बैलांना जीव नकोसा होऊन गेला होता; पण त्यांना जाणीव होती. जोपर्यंत त्या ओळखीच्या दारात जात नाही, तोपर्यंत पोटाला काही मिळणार नाही. पाणी दिसणार नाही. गाडी ओढून न्यायची, त्याला दुसरा पर्याय नाही. जोर द्यावा लागत होता. शेणामुताचा वाटेवर चिखल होत होता. त्याच चिखलातून एकामागून एक गाड्यांची चाकं उमटत होती. त्या चिखलाला अजून पुढे नेत होती.

प्रत्येकाला पोहोचायची घाई लागली होती. देवीची पालखी बघायची होती. दंडवत घालायचा होता. नवस बोलायचे होते. आदल्या वर्षीचे फेडायचे होते. हुर्रर, हुर्रर... चला रे बेगिन... बैलांना विनवलं जात होतं.

पालखी पुढे निघाली.

भूमी दारात उभी होती. तिला माहीत होतं की पालखी तिच्या दाराशी थांबणार नाहीये, तरीही. पूर्ण आसमंत गुलालाने गुलाबी होताना ती बघत राहिली. तिची श्रद्धा होती की नव्हती हे तिलाही समजत नव्हतं; पण ढोलताशे, झांजा यांची एक गती तिच्या अंगात भिनत होती. ते चैतन्य तिला भावत होतं. असं चैतन्य, अगदी लहानपणापासून तिच्या अंगात भिनायचं.

गणपती उत्सव! घरात येणारी छोटीशी गणपतीची मूर्ती. मूर्ती भोवतीची घरात तयार केलेली आरास. रोषणाई. पक्वान्न. आरत्या. घरी दर्शनासाठी येणाऱ्या पाहुण्यांची वर्दळ. शहरातून येणारे नातेवाईक. जर लावलेल्या परकर-पोलक्यातील भूमी. आई-बाबांची लाडकी. तिच्या केसांचं कौतुक, तिच्या हुशारीचं कौतुक, कौतुकच फक्त. पूर्ण आयुष्याच्या वाट्याचं कौतुक लहानपणातच संपून गेलं. आणि मग भूमी, तू एकदम साधी झालीस.

हे दर खेपेस असं निराश का व्हायचं? उत्सवातला उत्साह विसरता कामा नये. तर, जर लावलेल्या परकर-पोलक्यातील भूमी. उठून दिसणारी. चारचौघांत आत्मविश्वासाने वावरणारी. पाहुण्यांची सरबराई करणारी. पुढे जरा मोठी झाली. गणपतीबाप्पा दरवर्षी थोडी थोडी मोठी होत जाणारी भूमी बघत राहिला. तुटलेल्या दाताातून हसत राहिला.

आणि एका उत्सवाला तो आला. शहरातल्या भावाचा मित्र. त्याच्या

पहिल्या नजरेने डोळ्यांत लाज उतरली, गालात हसू आलं. त्याची बेदरकार नजर चित्त वेधू लागली. घरात वावरताना तो कुठे दिसतो आहे का, ते डोळे शोधू लागले. इतकं मोठं घर, इतकी माणसं; पण तरीही इतक्या नजरांमधून त्याची नजर सहज सापडू लागली. पाठीलासुद्धा त्याची एकटक जाणवू लागली. वाटलं, फक्त आपल्याला दिसते आहे ती नजर.

पण, नाही, त्याची नजर आईला दिसली. त्याच्या नजरेचा रोख कुठे आहे, हे तिला समजलं. आणि मग उत्सव संपला तशी तिने लग्नाचा धोषा लावला. बाबा म्हणायचे, अजून लहान आहे. काय घाई झाली आहे तुला? पण तिने नाहीच ऐकलं त्यांचं काही.

गंमत वाटते आज मला तिच्या भीतीची. तो तर निघून गेला होता. पुन्हा कधीच आला नाही. ना त्याने काही सांगावा धाडला. ना काही खुणा मागे ठेवून गेला. त्याच्या नजरेने फक्त एक जाणीव दिली, की मी मोठी झाले आहे! जरीचा परकर-पोलका मागे पडला आणि अंगावर साडी आली. बस, अजून काहीच नाही; पण आईला हे सर्व कसं आणि कोण सांगणार? पुढे दोन वर्षांतच लग्न ठरवून टाकलं तिने आपलं. एका जबाबदारीतून सुटली ती. मुलीचं लग्न ही जबाबदारी का वाटावी? कर्तव्य का वाटावं? आनंद का नाही वाटत? आनंद असेलही; पण तो नंतर. लग्न ठरल्यानंतर. त्या आधी मात्र एक ओझं. दडपण. चिंता, काळजी. सहज असावं नाही का आई-वडिलांनी या बाबतीत? पसंत ना पसंत ... निदान त्या काळी तरी असं काही नव्हतं. पसंत पडायलाच हवं. प्रेम, आपुलकी या सगळ्या नंतरच्या गोष्टी. तुमच्या तुम्ही निर्माण करा. आम्ही एका जबाबदारीतून मोकळे झालो. संपलं.

खरं तर काही संपत नाही. मुलीला मूल होईपर्यंत काहीही संपत नाही. एकदा तिने सिद्ध करावं की ती वांझ नाही, म्हणजे झालं. किती झुरावं आईने? मला नाही मूल झालं, तर इतकं लावून घ्यावं की शेवटी जगाचा निरोपच घ्यावा?

गणपती उत्सव!! कुठल्याही उत्सवाचा उत्साह हळूहळू क्षीण होत जातो की काय? या मत्स्योदरी देवीचं तरी काय वेगळं होतंय? हे चार दिवस तिचे. नंतर ती कशी असते? काय करत असते त्या डोंगरावर? कुण्णाला काही माहीत नाही. पूर्ण वर्षाचं जीवन या तीन-चार दिवसांत

ती जगून घेते. गेली पुढे. एक कटाक्ष टाकला का आपल्याकडे तिने जाताना? आहे मी सुवासिनी; पण नाही घेतला तुझा मळवट. जा बाई तू. पुढल्या वर्षी येशील तर मी असेन-नसेन... कुणास ठाऊक? जा.

धमामा जयघोष आता दूरवर गेला होता. आभाळ पुन्हा निळंसावळं झालं. भूमी दारातून मागे फिरली. घरात आली. दार घट्ट लावून घेतलं. उगाच जरीची किनार असलेली साडी नेसली होती ती तिने फरारा काढून टाकली. जुनेरं नेसली. वरती मंदिरात महाप्रसाद आहे हे माहीत असूनही पिठलं टाकलं फोडणीला. सकाळीच भाजून ठेवलेल्या पोळ्या पुढ्यात घेतल्या आणि ताटही न घेता पोळी-पिठलं तसंच खाऊन मोकळी झाली. हाताला लागेल ते पुस्तक घेतलं. वाचू लागली,

मी कशाला जन्मलो, चुकलेच माझे
या जगाशी भांडलो, चुकलेच माझे
मान्यही केलेस तू आरोप सारे
मीच तेव्हा लाजलो, चुकलेच माझे
सांग आता ती तुझी का हाक होती?
मी खुळा भांबावलो, चुकलेच माझे
भोवतीचे चेहरे सुतकीच होते,
एकटा मी हसलो, चुकलेच माझे
चालताना ओळखीचे दार आले,
मी जरासा थांबलो, चुकलेच माझे
पाहिजे पूजेस त्यांना प्रेत माझे,
मी जगाया लागलो, चुकलेच माझे
वाट माझ्या चार शब्दांचीच होती,
मी न काही बोललो, चुकलेच माझे ....

लाउडस्पीकर ठणाणा करत होता. कुणीही माइकवर येऊन जे काही येत असेल ते तारस्वरात म्हणत होतं. त्याला गाणं म्हणणं म्हणजे वेडेपणा ठरला असता. कुठलाही उत्सव असला की लाउडस्पीकर का लागतात? कारखान्याचा भोंगासुद्धा ऐकू येऊ नये, इतका मोठा आवाज. कुणी काही म्हणत नाही. आत्ताही कुणीतरी अभंग म्हणत होतं. लहान असणार वयाने. ना सूर होता, ना ताल. सकाळपासून रात्रीपर्यंत भक्ती

दिसली पाहिजे. मग ती कुणीही दाखववी. रात्री मात्र प्रवचन, अभंग, भारूड.

दोन दिवस गाव अगदी फुलून गेलं आहे. प्रत्येक खाणावळ माणसांनी ओसंडून जाते आहे. या दोन दिवसांत भूमी घराबाहेर पडलीच नाही. त्या आवाजांपासून स्वतःला दूर ठेवण्याचा प्रयत्न करत राहिली.

आपापली खेप पूर्ण करून प्रत्येक ऊसतोड कामगार देवीच्या दर्शनाला डोंगर चढून जाऊ लागला. भरपेट मिष्टान्न मिळालं म्हणून खूश होऊ लागला. या उत्सवाच्या तीन दिवसांमध्ये भाकऱ्या बडवायला लागणार नाहीत म्हणून प्रत्येक कोपीतील स्त्री आनंदात होती. प्रत्येक दुकान माणसांनी फुलून गेलेलं होतं. देवीच्या जत्रेच्या निमित्ताने नको असतानासुद्धा काय काय सामान खरेदी केलं जात होतं.

जाडीभरडी कापडं, घोंगड्या, बैलांच्या गळ्यातल्या मोठ्या लाकडी मण्यांच्या रंगीत माळा, पायातले घुंगरू, शिंगांना बांधायला रंगीत रिबिनी, तुरे, बाशिंग, गोंडे. एक ना दोन. कचकड्याच्या बाहुल्या, प्लॅस्टिकच्या बाहुल्या, खेळणी. जरा पाय पडला तर पिचणारी. टोप्या, बंड्या.. कितीतरी. फुगे, पिपाण्या, फिरता लाकडी झुला, उंच नेणारा. उसाच्या गुऱ्हाळाचे घुंगरू जराही उसंत न घेता खुळखुळ वाजत होते.

या तीन-चार दिवसांत खुर्डावाडीत पैशांची अशी काही उलाढाल होते की ....! प्रत्येक गावकरी काही ना काही कनवटीला लावूनच माघारी येतो.

आज उत्सवाचा शेवटचा दिवस. आता पुन्हा मत्स्योदरी देवी डोंगरावरून खाली उतरेल. आणि या पंचक्रोशीतल्या प्रत्येक गावात काही दिवस वास्तव्य करेल. मग त्या गावात देवीचा उत्सव साजरा होईल. मग ते गाव सजेल, मोहरून निघेल. आणि मग देवी पुन्हा चैत्रात आपल्या घरी येईल. खुर्डावाडीत.

भ्रमंती करणारी देवी. खरं तर हे चराचर भ्रमंती करत आहे. भ्रमंती आहे म्हणून जीवन आहे; पण आम्ही मात्र देवांच्या मूर्ती एकाच ठिकाणी स्थानापन्न करून ठेवतो. मत्स्योदरी मात्र अपवाद आहे. तिच्या नावाप्रमाणे ती विहार करत राहते. आणि मग चैत्रापासून ते अगदी मार्गशीर्षापर्यंत ती विश्रांती घेते, या डोंगरावर.

देवीची पालखी पुन्हा पायउतार झाली, तशी चौघडा वाजू लागला. गावची देवी, म्हणजे लेकच ती निघाली सासरी. अख्खं गाव तिला

गावाच्या वेशीपर्यंत पोहोचवायला गेलं. तिला न्यायला दुसऱ्या गावातले गावकरी आले होते. त्यांनी उत्सव सुरू केला. नाचू लागले, गाणी लावली गेली. मोठ्ठा स्पीकर बैलगाडीवर ठेवण्यात आला होता. सिनेमातील देवीच्या भक्तीची गाणी कानठळ्या बसतील इतक्या मोठ्या आवाजात वाजू लागली. एक एक वळण घेत, घाट उतरत देवी जाऊ लागली. पुढे दिसेनाशी झाली. आवाज दूर दूर गेला आणि अचानक सर्व शांत झालं.

गावकरी माघारी आले. जत्रेतले पाळणे मोडू लागले. झुले तुकडे तुकडे होऊ लागले. दुकानं उठू लागली. हळद-कुंकवाचा ढीग मोडला. नारळ पोत्यात गेले. आणि कारखान्याचा भोंगा वाजलेला पूर्ण गावाला तीन-चार दिवसांनंतर ऐकू आला.

संध्याकाळ मात्र पुन्हा जरा जिवंत झाली. पारावर चार डोकी जमली. उत्सवातल्या, जत्रेतल्या गमतीजमती एकमेकांना पुन:पुन्हा सांगितल्या जाऊ लागल्या. कुणी काय नवस केलेत हे मोठ्या आढ्यतेने सांगितले गेले.

"आता फुडल्या वर्साला गावजेवण येक येळ म्या दिनार म्हनून बोललो हाय. फकस्त माझ्या लेकीचं लगीन होऊ दे. लगीन झालं की गावजेवण खातरशीर!!"

"आस्स? वा रे वा तुजी. म्हंजे लगीनघाई लागली की रे तुले."

"काय करू सांग? समदा ठीक हुतंय आनी मग कुटं माशी शिंकते काय केल्या गावत न्हाय बग. आता मागे आलेला पाहुणा, पसंत हाय म्हनला आनी चार दिसांत तारीख काडू म्हनला. ग्येला निगुन आनी फुडं कायच न्हाय. म्या फोन लावतुया, लावतुया.. उचलायचं नाव न्हाय. ह्ये असं होतंय बग. आताच्याले देवीले सांगून झालो हाय, 'लेक तुजी बी हाय. सोबतं का अशी घराले बसलेली? काय त्यो निश्चोय हाय तुजा त्यो बग आनी पोरीले धाडून दे.'"

"व्हनार यंदा. अगदी सपशेल."

"तुझ्या तोंडात साखर पडो."

"म्या बी बोललो हाय नवस. काय त्यो न्हाय सांगुचा; पन जर व्हतंय काम माझं तर देवीच्या डोंगरावर दंडवत घालीत घालीत जानार हाय."

"काय म्हंतू?"

"व्हय..."

सूर्य कलतीकडे गेला तसा पारावर काळोख होऊ लागला. खरं तर थंडीचा कहार होता. पूर्ण संध्याकाळ झालेली नव्हती; पण सूर्य जरासा डोंगराआड गेला की गाव काळोखात बुडून जायचं.

आता गाव थकलेलं, मेल्यागत पडून होतं. सर्व हालचाली मंदावल्या होत्या. ऊसतोडे कामगारांच्या मैदानात मात्र हालचालीला सुरुवात झालेली होती. तीन-चार दिवसांनंतर काटवटीत पीठ मळलं जात होतं. ठसका लागेल अशी सणसणीत फोडणी तडातडा उडत होती. गोडधोड खाऊन जिभा मेणचटल्या होत्या. त्यांना आता काहीतरी खरबरीत हवं होतं.

भिकू चार भाकऱ्या थापून गपगुमान पडून राहिली होती. पाच-सहा दिवसांनंतर गौरीचा ताप उतरला होता. शालीच्या उबेत ती गपगार निजलेली होती. दगडू आणि इतर गाववाले कोपीच्या बाहेर कोंडाळं करून बसले होते.

"आपल्या गावापरीस ही जत्रा लै उंची हाय नव्हं?"

"असनारच. पैका हाय हितं. कारखाना हाय. मालक लै धनिक हाय. त्योच किती घालतो जत्रेत पैका.. तर का न्हाय व्हनार जत्रा उंची? हाय का न्हाय?"

"बाकी तीन दिसांचं रेशन वाचलं."

"आरं म्हाद्या, उद्याले आठवड्याचा बाजार भरल. तर म्या काय म्हंतू, घ्यायची का वाईच?"

"नगं रे. मागच्या टायमाची लै भारी पडली. कमळीने लै धिंगाणा क्येलान. आनी धमकी बी दिलिया, जर ह्या येलीस घ्येतली तर भूमीताईले सांगेन म्हनाली. आनी तुले तर ठाव हाय, ताईले कळला तर मग काय चंबूगबाळं उचलायचं आनी निगुन जायचं. ताई काय बी ऐकून घ्येनार न्हाय. काय दगडू? खरं हाय ना?"

"व्हय. पन म्या काय म्हंतू? हितं कशापाई घ्यायची? बाजाराले जाऊ अन् तिथंच रिचवू. काय?"

"ह्ये ठीक. चालतंय की मग."

"मग जाऊ उद्याले. आनी तेलपानी, संपलं आसल तर त्ये बी घिऊ. करतारी[२५] आनून ठिवू. मग कमळा काय अन् भिकू काय, कुनी काय

२५. करतारी : भाजी

बी बोलनार न्हाय आन भूमीताईले कागाळी करनार न्हाय.''

''ह्ये ब्येस. चला तर आता. जरा पाठ टिकवू. दोन तासाने निगायचं हाय.''

भिकू सगळं ऐकत होती. उद्या रात्रीला पुन्हा काहीतरी होणार, बा काहीतरी गौरीवरून बोलणार याची तिला भीती वाटू लागली. एकदा नशा चढली की त्याच्या अंगात कसला इतका जोर येतो, कुणास ठाऊक. भिकूलाच काय तर इतर गडी माणसांनासुद्धा आवरता येत नाही त्याला. तिला वाटलं, एकदा हे सर्व भूमीताईला जाऊन सांगावं; पण पुन्हा चिंता वाटू लागली. समजलं आणि तिने कोपी रिकामी करायला सांगितली तर जायचं कुठे? भिकूला वाटलं, आपण पण नवस बोलायला हवा होता. देवीला सांगायला हवं होतं, मार्ग दाखव. या गौरीला कसं सांभाळू ते सांग. दगडूच्या मनात गौरीबद्दल प्रेम निर्माण कर.

खरंच पावते का देवी नवसाला? कोण जाणे? पावली तर देवी जागृत. नाही पावली तर आपण पापी म्हणून नाही पावली. म्हणजे काहीही होवो, देवी, तिचं वास्तव्य अबाधित.

भोंगा वाजला तशी कारखान्यात लगबग सुरू झाली. दुसरी शिफ्ट संपून तिसऱ्या शिफ्टची सुरुवात होत होती. भोंगा वाजला म्हणजे संध्याकाळचे सात वाजले. चार-पाच तासांची झोप प्रत्येकाला हवीशी होती. कांबळी ओढून, कानांवरून फडकी बांधून जो तो आपापल्या कोपीत गेला. कोपीतल्या चिमण्या विझल्या तशी पालं अंधारात बुडून गेली.

भूमीने घराला कडी घातली आणि ती बाहेर पडली. मोकळ्या गावातून, रस्त्यांवरून फिरताना तिला बरं वाटू लागलं. सुस्त गाव चांगलं वाटत होतं.

'वय झालं आपलं. पूर्वी हे उत्सव, हे वातावरण, गोंधळ, गडबड फार आवडत होतं. एकाकी असणं विसरलं जात होतं; पण गेले काही वर्षं असं वाटत आहे की नको हा गोंधळ. जत्रा भरावी; पण कर्णकटू आवाज नकोत. खरं तर रात्री साडेदहा की दहा? आठवत नाही, बंदी आहे आवाजांना; पण इथे कसलं बंधन नाही, बंदी नाही. काही नियम पाळले जात नाहीत. काय टोचलं? चप्पल असूनही काय टोचलं? भिंगरीचा खिळा.. काय हे? बघावं तिथे फक्त कचरा, घाण. प्लॅस्टिकच्या पाण्याच्या रिकाम्या बाटल्या, कागदांचे कपटे, शेंगांची टरफलं, फुटलेले

फुगे, दांड्या, रस्ताभर कुंकू, हळद, गुलाल सांडलेला. फुलांच्या पाकळ्या, हार.. छे, छे, किती हा कचरा!! वाटतं, एक मोठा खराटा घ्यावा आणि सगळे रस्ते अगदी स्वच्छ करून टाकावेत. करेन का मी? आणखीन कुणी तरी करेल, अशी वाट का बघायची? उसाच्या गाड्या सुरू झाल्या या रस्त्यावरून. हे ऊसतोडे कुठे राहत असतील? किती वस्त्या झाल्या आहेत अलीकडे इथे. किती पालं!! कुठून कुठून आले असतील हे लोक?'

"कुठले तुम्ही?"

"अम्मा, बेळगावसे आयो."

"बेळगाव? इतक्या दूर आलात?"

"आयो."

"किधर रहते हो?"

"बहुत लंबा.. वो उस पार. हम पुरा गाव का लोग आयो."

"कितने हो?"

"गिन्ना न. पुरा गाव आयो."

"कसं बोलावं यांच्याशी? भाषा तरी कशी समजणार? मोडकंतोडकं हिंदी यांचं."

"काय भूमीताई? येकल्याच?"

"माई तुम्ही? कसा आहे शिंदे?"

"बरा हाय. घरला आनला नव्हं."

"हो का? कधी?"

"झाले तीन रोज. हाय, बसलाय. म्या कामाले आलो. येतायसा घरला?"

"चला."

विसरूनच गेलो होतो आपण शिंदेला. मीच काय? पूर्ण गाव विसरून गेलं असणार.

"काय रे? कसा आहेस?"

"बाई, तुम्ही? बरा आहे की. चालतोय आता एका पायावर."

"दुखणं कमी झालं का?"

"नाही. कधी कधी अशी कळ येते की वाटतं जीव गेला असता तर बरं झालं असतं."

"नको बोलूस असं. माईने काय केलं असतं मग?"

"ताई, बसा तुम्मी. मी च्या आणतो."

"चालेल. अशा थंडीत चहा कोण नाकारेल? माई आलं आहे का?"

"हाय तर. आल्याचा च्या करतो. बसा."

"बाई, तुम्ही आलात, फार बरं वाटलं बघा. दिवसभर एकटाच असतो. माई जाते कामाला. आता मी काही कमवत नाही तर तिला काम करावं लागतं. बाई, काय झालं हो हे?"

"रडू नकोस शिंदे. खूप धीराचा आहेस तू. त्या दिवशी म्हणाला होतास ना, पाय गेला तर गेला, जिवंत आहे ना, मग झालं तर! हो ना?"

"म्हणालो होतो; पण आता नाही हिंमत. पार खलास झालो आहे."

"होईल सर्व ठीक, शिंदे. सध्या मेंदू रिकामा आहे ना तुझा, म्हणून त्रास होतो आहे तुला जास्त. जरा कामात राहिलास की मग ठीक होईल सर्व."

"मला काम मिळेल?"

"का? खरात साहेब काही म्हणाले नाहीत तुला?"

"म्हणाले. काम देईन म्हणाले; पण मी काय करू शकेन? कारखान्यातलं काम. इतके जिने चढायचे. दिवसभर उभं राहायचं. मला आता उभं कसं राहता येईल?"

"अरे, कामाचं स्वरूप बदलेल. बसून काम करता येईल, असं काही काम मिळेल तुला."

"किती दिवस लागतील मला घराबाहेर पडायला, माहीत नाही. ही जखम सुकली पाहिजे. कुबड्यांची सवय होत नाहीये अजून. काखेत खूप दुखतं. खांदे दुखून येतात. वजन वाढलं आहे माझं. मला स्वतःला उठताना जड होतं. हे शरीर मी नाही पेलू शकत कुबड्यांवर. तोल जातो. पायऱ्यांचा अंदाज येत नाही. हा अर्धवट लोंबकळणारा लेंगा मला बघवत नाही, विद्रूप झालो आहे मी."

"शिंदे, किती छान मराठी बोलायला लागला आहेस रे. खूप वाचन करतोस वाटतं."

"तुम्हीच तर वाचनाचा नाद लावलात मला. हो, मी खूप वाचतो. शाळेच्या लायब्ररीतून पुस्तकं आणतो. आवडलं एखादं तर विकत घेतो."

"मग तू एक छान काम करू शकतोस. तुला आत्ता जे जे काही वाटत आहे, मनात जे काही विचार येत आहेत, ते तू लिहून काढ."

“त्यानं काय होणार?”

“मोकळं वाटेल. आत्ताची तुझी निराशा, जेव्हा आशेत बदलेल, तेव्हा तूच पूर्वी जे लिहून ठेवलं होतंस त्याचं तुला आश्चर्य वाटेल. तुझ्यासारख्या आपत्तीग्रस्तांना तुझं लिखाण मार्गदर्शक ठरेल. निराशा अजिबात वाईट नसते. ती यायला हवीच. त्याशिवाय आशेचे पंख फुटत नाहीत. आणि आशेचे पंख एकदा फुटले की मग झेप घेतल्याशिवाय राहता येत नाही. मग आभाळ पण अपुरं पडतं. उडण्यासाठी खऱ्या पंखांची आवश्यकता नसते शिंदे, मनाच्या भरारीची आवश्यकता असते.”

“बाई...”

“तू आपलं मला ताईच म्हण. बाई हा शब्द आता मी विसरले आहे.”

“हो भूमीताई.”

“मग? लिहिशील ना? मी तुला वही, पेन आणून देईन. चालेल?”

“हो ताई. अगदी माझ्या लहानपणापासून सुरू करेन.”

“जरूर.”

“ताई, तुम्हाला माहीत आहे माझा जन्म कसा झाला?”

“नाही रे.”

“कधी गावात कुणी काही सांगितलं नाही?”

“नाही. आणि जरी कुणी असलं काही बोलत असलं तर मी तिथे थांबत नाही. मला उगाच असल्या कुठल्याही चर्चा आवडत नाहीत ऐकायला, बोलायला.”

“तरीच तुम्हाला काही माहीत नाही. ताई, मी लिहून काढेन. तुम्ही वाचाल?”

“नक्की वाचेन.”

“च्या घ्या ताई.”

“माई, छान आल्याचा वास येतोय...”

“व्हय. घ्या. बिस्कुट आनू का?”

“नको.”

“ताई, या वर्साला नवस बोलून झालो म्या. देवीले बोललो की माज्या पोराले चालीव. फुडल्या उस्सवात तुले चांदीचे कांकणे घालीन.”

“माई, कसाले असं तू बोलून झालीस गे? देवी काय करती? म्या चालनार हायच.”

"अरे माज्या राजा, आतापुतूर त्वांड चिमनीचं करून बसला व्हतास. रोजच्याले येकच धोस, कसाले वाचलो? म्येलो असतो तर बरं जालं असतं. कोन म्हनत व्हतं? म्या माय तुजी, काय जिवाला घरं पडत व्हती, कसं सांगावं? नवस क्येला मग. पन आता लै हुशार दिसतुस."

"व्हय, ताई आल्या नव्हं. आता काय बी कालजी करू नगं. म्या चालनार हायच. आनी लै काम बी करनार हाय."

"दृस्त काढती तुझी माज्या बाबा रं.. लै जिवाले थंडावा दिलास बग. आता काय घोर न्हाय. ताई, येत जावा. माजं प्वार तुमच्यामुलं उबं राहतंय बगा."

"येईन. निघू आता? शिंदे उद्या आणून देते वही, पेन."

"हो ताई. या."

भूमी समाधानाने बाहेर पडली. घराकडे जाताना तिचं रस्ताभर पसरलेल्या कचऱ्याकडे अजिबात लक्ष नव्हतं.

लग्नसराईचे दिवस. गावात लग्नाचा मोठा थाट असतो. परवडत असो वा नसो. लग्न करायचं तर ते थाटातच. अनेक शेतकरी या रीतीरिवाजापायी कर्जबाजारी होतात. सरकार कर्ज देतं ते शेती करण्यासाठी; पण किती जण ते कर्ज शेतीसाठी वापरतात, हा एक प्रश्नच आहे. लग्न, घर बांधणं, व्यसन या कारणासाठीसुद्धा ते कर्ज वापरलं जातं. मग परतफेड होत नाही. तगादा लागला मागे की मग आत्महत्या करून टाकायची.

सगळेच तसं करतात असं नाही; पण करत नाहीत असंही नाही.

पण, लग्नसराई म्हणजे गावात काही वेगळंच वातावरण निर्माण होतं. ज्या घरात लग्न असेल ते घर तर कात टाकतं. रंगरंगोटी, काही नवीन बांधकाम, कपडालत्ता, दागदागिने, गोडधोड आणि सगळे रीतीरिवाज. पाच-सहा दिवस लग्न गाजत असतं. सर्व गाव त्या लग्नात सामील होतं. मानापमानसुद्धा भरपूर होतात. गावातील लग्नाची आमंत्रणपत्रिका पाहण्यासारखी असते. पाच-सहा पानांची पत्रिका. त्यात मुखत्वे आमंत्रितांची नावं छापलेली असतात. पहिलं नाव कुणाचं, दुसरं कुणाचं, हेही बघितलं जातं. ज्या क्रमांकावर नाव, ती त्या व्यक्तीची पत. चुकून जरी पतवार चुकली तरी ती सन्मानित व्यक्ती लग्नकार्याला हजर राहत नाही.

तो डूख मग कायम ठेवला जातो. शे-दोनशे आमंत्रितांच्या नावांच्या गर्दीत वधू-वराचं नाव मात्र हरवून जातं.

आमंत्रणपत्रिका प्रत्यक्ष येऊन दिल्या तरच ठीक. हस्ते परहस्ते जर पाठवल्या तर पुन्हा रुसवेफुगवे.

एकच छापखाना आहे खुर्डावाडीत. छापखान्याच्या मालकाला माहीत आहे ही पतवार. सर्व मसुदा तयार असतो. फक्त वधू आणि वराचं, आमंत्रिताचं नाव बदलायचं, तारीख, मुहूर्त आणि स्थळ बदलायचं. बाकी जे आहे ते तसंच.

पत्रिका नाही तर छोटेखानी पुस्तकच छापलं जातं. त्याचा दर पण ठरलेला आहे. रंग, कागदसुद्धा. पाकिटावरची आणि पत्रिकेवरची वेलबुट्टीसुद्धा तीच असते. हळद-कुंकू छापलेलं असतं आणि वर चार दाणे तांदळाचे चित्रित केलेले असतात. कोपऱ्यात सुपारी आणि नारळाचं चित्र. फक्त ज्याचं लग्न त्याचं नाव सांगितलं की बाकी सर्व पत्रिका दोन दिवसांत हातात पडतात, छापून.

आत्मारामच्या मुलाचं-चिमाजीचं-लग्न ठरलं तशी गावभर बातमी पसरली. तारीखवार ठरला. तशी त्याच्या घरात वर्दळ सुरू झाली. कारखान्यात खरातांना भेटायला गेला.

"साहेब, असलमात हवी होती. मुलाचं लग्न ठरलं."

"अरे वा, अभिनंदन आत्माराम. किती हवेत तुला?"

"पन्नास हजार..."

"इतके?"

"काय करणार साहेब? खर्च होतो तितका."

"मान्य आहे; पण एक विचार कर. तू कर्ज घेणार. गावजेवण घालणार. दोन दिवसांत लोक तुझं जेवण विसरून जाणार. तू घे पैसे, त्याबद्दल ना नाही; पण.."

"शेण घालतील तोंडात माज्या. द्यावं लागतंय साहेब. मी जाऊन जेवून येतो का नाय इतरांच्या लग्नात? मग?"

"हे थांबवायला नको का?"

"मी एकटा कसं काय करणार वो?"

"त्यापेक्षा तू जे दुकान काढायचं म्हणतो आहेस मुलासाठी, त्यात इन्व्हेस्ट कर पैसे. निदान उपयोग तरी होईल."

"खरं हाय."

"तुझा पगार किती?"

"पंधरा हजार हाय ना.."

"कर्ज हवं आहे पन्नास हजार. कसं काय जमायचं? अजून चार महिन्यांनी कारखाना बंद होईल. मग निम्मा पगार मिळेल पुढले सहा महिने. कसं काय करणार तू?"

"फेडीन ना."

"मला उद्या भेट. बघतो मी."

हे गावातले रीतीरिवाज नाही पाळले तर लोक हसतात. नाही नाही ते बोल लावतात. शिवाय अब्रू जाते, असाही एक समज आहे. कर्ज घेतलं जातंच आणि मग लग्नाचा बार उडवायला सगळे तयार होतात.

एक एक रीत ...

आत्मारामच्या घरात ही गर्दी झालेली. अंगण माणसांनी फुलून गेलेलं. शेवंतीसाठी गावातल्या बाया आपल्या घरातलं पोळपाट-लाटणं घेऊन आत्मारामच्या घरी जमू लागल्या. आत्मारामची बायको रंजना सर्वांची ऊठबस करत होती. सत्तर-ऐंशी बाया गोळा झाल्या, तशी प्रत्येकीच्या पुढ्यात कणकेचा मोठ्ठाला गोळा तिने ठेवला. बाजूला सारणाचं मोठ्ठालं पातेलं.

सईबाईच्या ओव्या म्हणायला सुरुवात झाली.

चुली पेटवल्या गेल्या. मोठ्ठाल्या कढया रसरशीत तापू लागल्या. तेलाची धार ओतली गेली. कणकेच्या गोळ्यात सारण भरून पुऱ्या लाटल्या जाऊ लागल्या. बाप्ये मंडळी मोठ्ठाले झारे घेऊन त्या पुऱ्या तळू लागले. लालसर पुऱ्यांची रास उभी राहिली.

ओव्या चालूच होत्या. हास्याचे फवारे उडत होते. बाप्ये मंडळींची चेष्टा केली जात होती.

बायकांची पंगत बसली.

शेवंती साजरी होऊ लागली.

फक्त बायकांचं भोजन. बाप्ये घरूनच जेवून आलेले. या बायकांच्या भोजनाला काही जण हातभार लावत होते, तर काही कोंडाळं करून गावगप्पा हाणीत होते. तंबाखूची मळणी होत होती. पिचकाऱ्या उमटत

होत्या. गप्पांना उधाण आलेलं होतं. राजकारण, साखर कारखाना... एक ना दोन.

"आता लै ब्येस झालंया गाव. ह्यो कारखाना सुरू झाला आणि गावाचं रुखच बदलूनशान गेलं."

"व्हय, पन त्ये दिस लै बेकार व्हते. च्यामायला, पोटाले काही नव्हतं. माझी माय तर कुनाच्याबी श्येतात राबायची."

"आणि माझी माय कापड शिउन द्यायची. ब्लाउज म्हणू नगं, झंपर म्हणू नगं.. लै तरास. दोन येळची हातातोंडाची गाठ न्हाय बसायची."

"वंगाळ झालं बग. ह्यो राजकारन हायच तसं. आता पाटील कारखाना चालवीत हुते ना? मग? कसाला त्यो लांडगे मंदी आला? बरं, घ्येतला तर घ्येतला कारखाना ताब्यात, त्याले चालवायला नगं? कारखाना म्हंजी काय बैलगाडी हाय काय हाकायला?"

"ती बी त्याले हाकता आली नसती राव."

"त्ये बी खरंच. पन काय होऊन बसलं बगीतला ना? मोरे मारला ग्येला त्यात."

"व्हय; पन मोरेवहिनी वाचली."

"वाचली? तिले पाठीला घातलं नव्हं माज्या बाने. न्हाय तर ती आनी तिची लेक दोघी बी ग्येल्या असत्या."

"मला येक न्हाय कळत, बंदूक आली कुटून?"

"आता लांडग्याकडे लायसन्स व्हता नव्हं. त्यो लै मातब्बर व्हता तवा. त्याले वाटलं, कारखाना चालवायचा तर काय मोटं? बंदुकीच्या धाक्यावर कारखाना चालतु व्हय? माणसं पायजेल का नको?"

"त्याचे चमचे व्हते त्ये?"

"त्येनला अक्कल व्हती? आता ह्ये ऊसतोडे येत्यात, त्यांले सुकसोयी द्यायले नगं? राहायचे वांदे, कुणी आजारी झालं तर कालजी घ्यायले नगं? आनी त्यांचे बैल? त्ये बी सोड. साखर झाली तयार तर तिले बाजारात न्यायची का न्हाय? का दडपून ठीवायची? भाव वाढतो व्हय असा? पार धुळीला ग्येला भाव, तरी बी अक्कल न्हाय आली. मशीन बग. त्येला तेलपानी नगं?"

"समदा गोंधळच व्हता."

"आनी मग झाली की हातापायी. आनी त्यो लांडगा घिऊन आला

बंदूक, ताणली त्याने. तिघं ग्येली त्या बंदुकीच्या माऱ्यात. आनी घायल तर कित्ती झाली. रामाबी त्यातच ग्येला. इतकुसा जीव. अंबाबाई छाती पिटून पिटून तांडव करीत व्हती. माजं प्वार ग्येलं. माजं प्वार ग्येलं...''

''व्हय खरं. मागाहून मग ती बी ग्येली. सुटली.''

''लै वंगाळ.''

''आणि मग आले आपले पाटील पुन्ना. कारखाना घीतला ताब्यात. जाला सुरू. लै पैका वतला. पन गावाले पोटाला लावले. आपले खरात सायब तर लै ब्येस. आता ह्यो कारखाना तरी खाईत जात न्हाय बगा.''

''आरं, ज्येवण व्हतंय का आजच्या रातच्याला? का उघडीप व्हइतो चालणार हाय? उद्याले हळदीला यायचं हाय नव्हं? चला बेगिन आवरा. त्यो नवरा मुलगा टेकीला आलाय. त्येला अंथरून द्या रे. आनी आता त्यो लाउडस्पीकर गप करा बगू. लै रात चढली. गाव झोपी जातंय नव्हं. चला, निगा आता मंडळी.''

थंडी हाडात मुरत होती. काही केल्या गावाला ऊब येत नव्हती. कुशीवर वळायचं तरी नको वाटत होतं. आणि अशा या थंडीत, फर्लांगभर काही दिसत नसताना, जणू दाट ढग घसरगुंडी करून धरतीवर आलेत, अशा ढगांना फाडून एक एक बैलगाडी रस्ता मापत होती. बैलांच्या पायांना मारलेले नाल थंडगार झाले होते. त्यांची कातडी थरथरत होती. नाकाचा शेंडा गार गार पडलेला. त्यात ती वेसण काचत होती; पण चालायचं आहे, चालतच राहायचं आहे, इतकंच त्यांना माहीत होतं. नाकारलं तर पाठीवर एक रेघ ओढली जाणार, हेही त्यांना माहीत होतं. त्यात एकच समाधान होतं की गाडी रिकामी होती. आणि गाडीला टायर्स लावलेले होते.

काहीबाही सुधारणा होत असतात, तशी ही एक सुधारणा. लाकडी, लोखंडी चाकं मागे पडली आणि त्या जागी टायर्स आले. टायर्स आले खरे; पण तिथेही कधी काही अडचण निर्माण होतेच. दगडी, ओबडधोबड वाटेवरून जाताना एखादं टायर फुटतं, पंक्चर होतं. आहे तिथे थांबावं लागतं. कारखान्यातून कुणी- तरी नवीन टायर घेऊन येईपर्यंत अथवा कुणी पंक्चर काढून देईपर्यंत, कामाची खोटी होते. वेळ जातो, गणित चुकतं; पण हे क्वचित होतं.

गाड्या निघाल्या तेव्हा शेवंती करून परतणारे घराला जात होते. एव्हाना गावकऱ्यांची आणि ऊसतोड्यांची तोंडओळख झालेली होती. रामराम करत एक एक जण हसून पुढे जात होता.

"लै भारी काम असतंय नव्हं? गावात किती आलबेल हाय. समदी ठीकठाक असत्यात."

"व्हय. गाव तसं चांगलं हाय. आपुन चांगले तर गाव चांगलं."

"बा, हितं आलो राहायला तर वो?"

"काय बोलून राहिली तू भिकू? आपली माती सोडून येऊ व्हय?"

"नगं वाटती ती माती मले. शिवा न्हाय तर त्या मातीत काय बी साठलं न्हाय बा."

"त्ये काय न्हाय. माजी हाडं त्याच मातीत जायाची."

"वो बा, काय निगालो न्हाय म्या गावातून. योक इचार आला म्हनून बोललो. हितं काय ना काय काम हाय. पानी हाय. गुजारा हुतोय."

"आनी माजं गावातलं श्येत?"

"आक्कं श्येत म्हंजी पाळंद झालीया. कुंबरी झालीया जमीन. पान्याचा टिपूस न्हाय. समदी फांढोरी[२६] वळचणीस पडून हायत. त्यो येक खुळा, देवीसाटी केळ लावायला ग्येला अशा मातीत. आन..."

"गप की. कसाले रातच्याला कायबाय आठवतीस. ग्येला त्यो त्याच्या दिशेने. आनी आता आपुन जाऊ येक येक करून. ही हाय ना.. समद्याले खाऊन टाकील. तुले सांगतो भिकू, ही काय पुन्ना घरला यायची न्हाय. म्या येऊ दिनार न्हाय."

"बा, खरं हाय. माजं चुकलंच. कायबाय बोलून झालो म्या. गप आडवा हो."

"ती रडती, तिचा मुस्कात बंद कर आधी. आनी उद्याले तिले कोपीत राहू दे. न्हाय म्हंजी न्हायच न्यायचं तिले संगट."

भिकू थरारली. तिला अचानक घाम सुटला. दगडू काहीही करू शकतो, हे तिला माहीत होतं. जर त्याने खरंच गौरीला न्यायला मना केलं तर? भिकूने गौरीला घट्ट छातीशी धरलं तशी दोघींना ऊब आली. कपाळावरचा घाम पदराने पुसत भूमीने गौरीला अंगावर घेतलं. गौरीच्या

---

२६. फांढोरी : भेगा पडलेली जमीन

कोमल हातांचा स्तनांना होणारा स्पर्श तिला सुखावत राहिला.

कोंबड्याच्या आरवात गाड्या मळ्याजवळ पोहोचल्या.

भूमी, शिंदेची वही वाचत होती. वाचता वाचता ती अस्वस्थ झाली. शुद्ध मराठीत अतिशय सुबक अक्षरात एक एक पान त्याने विचारपूर्वक लिहून काढलं आहे, हे जाणवत होतं.

मी शिंदे. खरं तर मला पूर्ण नाव नाहीच. आणि हे नाव आहे ते सांगण्यात काही अर्थ नाही. लहान होतो, तेव्हा नेहमी आईला विचारायचो, 'माझं नाव चांगदेव का ठेवलं आहेस? मी कुठे देव आहे?' आई हसून म्हणायची, 'तू माजो देवच हायस. तू नसता तर म्या काय हून जगायला लागलो असतो?' मला गंमत वाटायची, आणि समाधान व्हायचं की मी आहे म्हणून आई आहे.

पुढे शाळेत जाऊ लागलो. तिथे गेल्यावर समजलं की मुलांची नावं पूर्ण असणं म्हणजे काय! माझं नाव अपूर्ण होतं. वडलांचं नाव नव्हतं. मग पुन्हा आईला विचारणा. 'माजा बा कुटं हाय?' ती आभाळाकडे बोट करून म्हणायची, 'राहतुया तिथं.' मग रडू यायचं. आपला बा आपल्याला भेटू शकणार नाही म्हणून, आपण कधी त्याला भेटू शकणार नाही म्हणून; पण तो न भेटता का गेला, हा प्रश्न सतत उमटायचा.

शाळेत गेलो आणि हळूहळू जग बदलू लागलं. मुलं खेळात घेत नसत. कुणी माझ्याबरोबर मैत्री करत नसत. मास्तर काही ना काही टोमणे मारायचे. मलाच का? मी तर हुशार होतो. नेहमी पहिल्या तीनात यायचो. तरी का?

पुन्हा आई...

'मले साळा नगं.'

'का हून?'

'वंगाळ वागत्यात समदी. कुन्नी बोलत न्हाय माज्याशी.'

'तू लै डोक्याचा हायस. हुसार हायस. शिकून मोटा व्हशील तवा ह्या खाईतून वर येशिला.'

'तू मले कधीच कुटं जाऊ दिलं न्हायस अन् आता मले जायचं न्हाय तर घरला ठीऊन घीत न्हायस. म्या न्हाय मंजी न्हायच जानार.'

वाटलं होतं की माझा अवतार बघून कदाचित आई मला सूट देईल; पण तसं काही झालं नाही. तिने काय केलं, कुणाला भेटली, कुणाला काय सांगितलं, मला माहीत नाही; पण मला तिने शाळेत आणून टाकलं. हे मग नित्याचंच झालं. शाळेत सोडायला आणि आणायला ती रोज येऊ लागली. शाळेतलं वातावरण हळूहळू बदलू लागलं. माझ्या हुशारीने मला शाळेत एक जागा दिली. कुणाला काही येत नसेल तर मास्तर म्हणायचे शिंदेला विचार. तो सांगेल उत्तर. आणि मी उत्तर सांगायचो. बाई, तुम्ही पण होतात माझ्यासाठी. तुम्ही कधी मला काही म्हणाला नाहीत. टोमणे मारले नाहीत. उलट शिकवत राहिलात. तुमच्याकडे बघून मला फार छान वाटायचं.

पण मग तुम्हीच निघून गेलात. का गेलात? तेव्हा काहीच समजलं नाही. काहीबाही कानांवर येत राहायचं; पण मला तुमच्याविरुद्ध कुणी काही बोललं तर खपत नसे.

भूमी वाचायची थांबली. नकळत तिचे डोळे पाणावले. कधीच्या काळी घडून गेलेला प्रसंग डोळ्यांसमोर जसाच्या तसा उभा राहिला.

'बाई, तुम्ही मुलांना शिकवता. उत्तम शिक्षिका आहात, हे आमाले मान्य हाय; पन काय हाय की आता बगा..'

'सांगा जर्दाळ, अगदी मोकळेपणाने सांगा.'

'नाय, म्हंजी काय हुतंय की मुलांचे मनावर त्याचे काय परिनाम व्हत्यात..'

'कशाचे परिणाम?'

'आता अगदी सपष्ट बोलायले भाग पाडताय, बाई.'

'काहीच हरकत नाही. उलट स्पष्टच बोला.'

'येक तर तुमाले मूल न्हाय. म्हंजी तुम्मी वांझ. आता गावातल्या बाया बोलून राहिल्या हायत असं, म्या न्हाय. सीवाय, तुमच्या घरात बी काय ठीक न्हाय. आता ज्या घरातले पुरुषमानुस असा वागून जातुया, तर, ज्या घराले काय रीतभात न्हाय, त्या घरातल्या बाई मुलांले काय शिकवणार? काय वळण लावनार? न्हाय का? ज्या बाईले प्वार न्हाय ती बाई पोरांले कसी काय उमजणार? न्हाय का?'

'झालं बोलून? आता मला उत्तर द्या, मी गेले सात वर्षं शिकवते आहे या शाळेत. तेव्हा तुम्हाला माझं वांझ असणं माहीत नव्हतं? चालून गेलं ना? लग्न झालं नाही की लगेच बाई आई झाली पाहिजे. नाही झाली तर गाव बोलू लागतं. तेव्हाही बोलत होतं. तेव्हा तुम्हाला हे जाणवलं नाही का की मूल नसलेली मी इतर मुलांना कसं काय वळण लावणार म्हणून? माझ्या वर्गात एकदा येऊन बघा. एक तरी मूल खोड्या काढताना दिसतं काय? त्यांचा अभ्यास बघा. रिझल्ट बघा माझ्या विषयाचा. आणि मग मला माझ्या वांझ असण्याबद्दल बोला. आणि तुम्हाला कुणी सांगितलं की मी वांझ आहे म्हणून? मी पूर्ण स्त्री नाही, हे तुम्ही सिद्ध करू शकता का? आणि त्याहीपेक्षा महत्त्वाचं म्हणजे तुमची भाषा बघा. तुम्हाला स्वत:ला शब्द स्पष्टपणे उच्चारता येत नाहीत. आणि तुम्ही शाळेचे हेडमास्तर!! तुम्ही हे पद सोडायला हवं. ही अशी अशुद्ध भाषा बोलून तुम्ही नवी पिढी घडवणार आहात? जाऊ दे जर्दाळ, तुमचा प्रश्न वेगळाच आहे. माझा नवरा त्या नाचणाऱ्या बाईबरोबर निघून गेला, हा खरा मुद्दा आहे. तो तसं वागला तर तुम्ही मला दोष देणार. मला राजीनामा द्यायला सांगणार. तुम्ही नकाच सांगू. या असल्या विचारांच्या माणसांत मलाच राहायचं नाही. एक गोष्ट लक्षात ठेवा, तुम्ही मला गमवत आहात. एका खऱ्या शिक्षिकेला. पुढची पिढी तुम्ही बरबाद करत आहात; कारण इथे स्वच्छ भाषासुद्धा न बोलता येणारे शिक्षक आहेत. ज्यांना स्वत:ला ज्ञान नाही, अशी मंडळी नवी पिढी घडवणार आहेत. नुकसान तुमचं आणि या शाळेचं आहे. माझं नाही. माझा पूर्ण पगार माझ्या वाड्यावर पाठवून द्या, आजच्या आज. आणि माझा राजीनामा घेऊन जा. आजच्या आज.'

भूमीने वही खाली ठेवली. भूतकाळ अंगावर स्वार होत होता. यातून बाहेर पडायला हवं, हे तिला मनोमन वाटत होतं. असं बसून चालणार नाही. ती अगदी जड होऊन उठली. दार उघडलं सताड. संध्याकाळचे पाचच वाजत होते. सूर्य डोंगराआड जाण्यास आतुरला होता जणू. त्याची एक कड तेवढी दिसत होती. भूमी घराबाहेर पडली. मन उदास असलं की सर्व काही उदास वाटतं. जग आनंदात असलं तरी तेसुद्धा उदास आहे असं वाटतं.

पालांत कामं चालू होती. कोपीबाहेर चुली पेटल्या होत्या. मस्त कडक आयता चहा मिळाला तर भूमीला हवा होता. तिची पावलं अनाहूतपणे भिकूच्या कोपीकडे वळली.

"ताई वो, या की. च्या घ्या."

"भिकू, खरं सांगू? मला आत्ता चहा अगदी हवाच होता; पण स्वत: करून घ्यायचा कंटाळा आला होता. तुला अगदी हक्काने सांगणार होते चहा दे म्हणून; पण तू..."

"आता वो, ह्यो काय तय्यार हाय नव्हं. घ्या. जरा कडक हाय. आनी ग्वाड बी हाय ज्यादा."

"असायचाच. साखर कारखान्याच्या जवळ राहायचं तर चहा जास्त गोड असणारच. हरकत नाही. काय म्हणत्येय माझी गौराई?"

"निजलिया. लै तरास जाला बगा आज. थंडी वो किती! माजी बळगी बी पुरे न्हाय तिले."

"बळगी?"

"व्हय की. ह्यो जाड कापड हाय नव्हं .. साडी. तिले बळगी म्हनत्यात."

"असं होय. एक छान आहे भिकू, तुझ्याशी बोलत राहिलं की नवीन शब्द समजतात मला. माझी भाषा समृद्ध होते."

"त्ये काय असतं?"

"काही नाही. तर तू काहीतरी सांगत होतीस?"

"व्हय. तर लै तरास जाला बगा आज. आवो रंजूच्या गाडीचं चाक फाटलं नवं. आनी तिले काय गाडी आवरेना. उतार व्हता. ह्ये गाडी येऊ लागली मागं मागं. आनी पाठी अजून लै गाड्या. ह्यो योकच काला. बैलांना मानंला लय काच पडू लागला. मागं मागं पाय जातीया तसं त्यांचा पाय ठरेना. येकाची येक चाल तर दुसऱ्याची दुसरी. तकवा कमी जाला. समदी टाकवेतूट[२७] जाले. आनी बाई काय सांगावा? लै धूमशाण जालं."

"मग?"

"गडी आलं धावत, आनी गाडी वढली. तवा कुटं हाताशी आली बैलं. आनी मग कारखान्यातून गाडी आली. मग समदं ब्येस जालं."

---

२७. टाकवेतूट : तातातूट

"काय गं हे?"

"ताई, वाचलू नव्हं समदी! त्या देवीले निदाघ.[२८]"

"हो, आहे देवीला काळजी तुमची! जर काळजी असती तर तिने असं तुझ्याबाबत केलं असतं का?"

"हाय, वाटा तितकं भोग हाय. माज्या गौरीचा काय वाटा हाय कुनास ठाव?"

"काही नाही, सर्व काही चांगलं होईल. चहा छान केला होतास बरं. कडक; पण त्यामुळे मनाला तरतरी आली. मळभ आलं होतं ते कुठल्या कुठे गेलं."

"आसं का? कोन ग्येलं?"

"अं? नाही, कुणी गेलं नाही. निघू का?"

"ताई, येत जा. आमी काय? अजून काही दिसांचे. मग पुन्ना कंदी येनार, येनार का न्हाय? कुनास ठाव?"

"आहे गं अजून वेळ तुम्हाला जायला. आणि पुन्हा का नाही येणार? ही जागा आता तुझीच. प्रत्येक वर्षी तुझ्यासाठी ठेवलेली असेल. काही काळजी करू नकोस."

"ग्येला वर्सीला ह्येच म्हनला असाल शिवाला. व्हय ना? आला का त्यो आताला? कुनाचं काय बी ठिकान न्हाय, ताई."

चहाचा कप खाली ठेवून भूमी काहीही न बोलता तिथून निघाली.

प्रवरा वाहत होती. नेहमीसारखीच. तिच्याकडे बघता बघता भूमीला वाटलं, आपणसुद्धा असंच वाहून जावं. सर्व सुख-दु:खं काठावर ठेवून द्यावीत. आणि पुढे निघून जावं; पण जायचं तर कुठे जायचं? नदीला माहीत आहे, तिला तिचा मुक्काम ठाऊक आहे. भूमीला, अथवा कुठल्याही व्यक्तीला, जीवमात्राला त्यांचा मुक्काम कुठे आहे शेवटी हे कुठे माहीत आहे? मृत्यू म्हणजे अंतिम ठिकाण नव्हे. मृत्यू म्हणजे पुन्हा एक नवीन सुरुवात. ज्यांना खरंच सर्व काही काठावर ठेवून वाहून जाता येतं, त्यांनाच मुक्काम गाठता येतो.

भूमीने एक खोल श्वास घेतला. दमट, एक वेगळाच गंध असलेली

---

२८. निदाघ : काळजी

हवा, भरभरून सामावून घेतली. बसून राहिली. निश्चल. जणू एक मूर्ती.

आत्मारामचं अंगण माणसांनी फुलून आलं होतं. बायका गाणी म्हणत होत्या. मित्र त्याची थट्टा करत होते.

न्हावी बोलवा न्हावी बोलवा
मोठ्यांचा नवरा मुलगा म्होरं बसला
सोन्याचा वस्तरा रुप्याचा धारा
मोठ्या करीन्या चंद्राच्या कोऱ्या
पाठीशी उभी गं त्याची माउली
पाठीशी उभी गं त्याची चुलती
पाठीशी उभी गं त्याची मामी
पाठीशी उभी गं त्याची मावशी.
घालती त्याला पालवी वारा
घालती मायेचा वारा
पुढं नाचती गं त्याच्या वहिनी
पुढं नाचती गं त्याच्या बहिनी
येई त्याले उमाळा
येई त्याले उमाळा ...

एकापाठोपाठ एक गाणी.. सुरेल..अर्थशब्द...

हळद-कुंकू लावून ठिवा
कण्यावर उखनी
उखळीला बांधावी
आंब्याची तोरनी
मुसाला बांधावी
आंब्याची तोरनी
आव्यंदाला कुनी घातीला
पाटामंदी उखाला
अवंदाया खयानी मुसळाला
चौघी गं नारी आलिया कुटीयाला

गुरुनाथाच्या इन्द्रायनीने घातीले कुटीयाला
रामाच्या शितेने घातीले कुटीयाला
परशूच्या यमीने घातीले कुटीयाला ...

धान्य कुटलं जाऊ लागलं.

हळद जात्यात दळली जाऊ लागली.

पूर्ण अंगण पिवळधम्म झालं. एकीकडे चुली पेटलेल्या होत्या. हंडेच्या हंडे भरून भात रटरटत होता. मटणाला लालभडक रंग चढला होता. हळदीची रात्र म्हणजे झिंगून जायची रात्र. किती पिंपं रिकामी होत होती. किती पेले रिचवले जात होते. लाउडस्पीकर भलताच लाउड झालेला होता. पाय थिरकत होते. अडखळत होते.

पालांवर लहान मुलं स्पीकरवरून ऐकू येणाऱ्या गाण्यांवर नाचत होती. कोपीच्या बाहेर काही काही ठिकाणी स्टीलचे ग्लास झिंगत होते. एका मोठ्या संकटातून बरेच जण वाचले होते, त्याचा आनंद साजरा केला जात होता. रंजूसुद्धा त्यात सामील झाला होता. आज त्याने त्याच्या बैलांना दमदार खुराक खायला घातला होता. पोटभर पाणी दाखवलं होतं. त्यांच्या मानेभोवती उठलेल्या वळांना तेलाने शांतवलं होतं. खुरांना तेलपाणी केलं होतं. तशी ते सुस्तावले होते. ग्लानी येता येता रवंथ करत होते.

पालं आनंदात होती. त्यांच्या आनंदात सामील होण्यासाठी भैया आला होता. गावगप्पा चालल्या होत्या.

"आपल्या गावात बी असं लगीन व्हतंय, पन जरा कमी गोंगाट असतुया."

"गोंगाट करायचा तर खिसा जड पायजे गड्या. ह्या गावाले काय कमी हाय? ऊस पिकतुया. कारखाना हाय. पानी हाय. कसाची उणीव हाय का? आपल्याकडं हाय काय? दगड नी धोंडा. तरीबी खुसीत राहतुया आपुन. ह्ये दिस लै काम करायचं आनी बाकीचे दिस आराम करायचा."

"ह्येच चूक हाय नव्हं. कायतरी काम गावाले बी करता आलं तर लै ब्येस हुईल. पैका गावल. मग आपुन बी असाच लगिनाचा बार उडवू. ह्या का न्हाय?"

“व्हय, पन लै खुसीत हाय आज गाव. काय बार उडवला हाय लगिनाचा.”

“व्हय. आनी भैया, आज जीवे वाचले व्ह समदी. आपुन त्याचा बार उडवतुया.”

“खरं आहे, रंजू, तू कमाल केलीस.”

“म्या न्हाय. म्या तर पादभेकाड. या समद्यांनी भलमाणसाई दावली अन् तवा कुटं निबावलं. आज म्या समद्यांना भानार द्येनार हाय. मस्त मटन आनलंया. भाकर आपापली आनारं. गोतांबील[२९] करून जेवू.’

“चालल. ह्ये ब्येस.”

“बायकांना तिथं बसू द्ये. आनी आपुन हितं.”

“जरा सबुरीनं घ्या. भूमीताईले सुगावा लावून दिऊ नगा. बेवडा घ्येतला ह्ये कळालं तर समद्या भानारचं इस्कोट व्हईल. ए भिकू, तू गपगार ऱ्हा बरं. तुजी लै मैतीरीन झालिया नव्हं ताई.”

“म्या कसाले बोलू? तुमीच गप करा काला. ऐकू जाती तिले.”

“व्हय. व्हय. गप ऱ्हा री समदी. ए दगडू, तू ज्यादा घिऊ नगं. उद्याले ऊसतोड व्हायची न्हाय तुज्याकडून.”

“ऊसतोड न्हाय व्हनार तर न्हाय. मले काय बी नगं झालंय. माजा शिवा असता तर त्याने येका फटक्यात तुजी बैलं सावरली असती. त्यो न्हाय तर जिवाले करमत न्हाय.”

“आता रडू नगं. समदी खुस हायत. तू बी खुस ऱ्हा.”

“कसा ऱ्हाऊ? ती बारकी मले खुस होऊ दित न्हाय. आता तिले घरला न्यायची न्हाय. अन् ऊसतोडीला बी न्यायची न्हाय. हितं येकटी मरू दे.”

“लै वंगाळ. जरा भिकूचा इच्चार कर.”

“ती बी मरू दे.”

भिकू कोपीत गेली. तिला एक कळेना, कुठलाही विषय चालू असला तरी दगडू शेवटी गौरीच्या मरणावर कसा काय येतो? अजून किती काळ तो हेच बोलत राहणार आहे? मुलं नाचत आहेत, मेजवानी दिली जात आहे, सगळे खुशीत आहेत आणि हा एकटाच कायम

---

२९. गोतांबील : एकजीव करून

रडका. फक्त त्याचाच मुलगा मेला आहे का? भिकूचा नवरा पण मेला आहे. गौरीचा बाप पण मेला आहे. ती हतबल झाली होती. उद्या जर खरंच दगडूने गौरीला न्यायला मना केलं तर तिला ठेवायची कुठे? कामावर गेलं नाही तर एक दिवसाची कमाई होणार नाही. आणि एका दिवसाने काय होतंय? दगडू असंच रोज म्हणू लागला तर मग काम कसं करता येणार? कोण वाचवेल यातून? भिकू सतत एकाच चिंतेने व्याकुळ झालेली. तिची झोप उडालेली. विचार करून करून डोकं फुटायची वेळ आलेली. आणि अचानक तिला भूमी आठवली.

मग मात्र तिने एक क्षणही घालवला नाही. गौरीला उचलून घेतलं आणि ती तडक निघाली. भूमीच्या दाराशी जाऊन थडकली.

"ताई, कवाड उघडी कर. म्या भिकू हाय."

"काय झालं गं? ठीक आहेस ना? इतक्या रात्री कशी काय? गौरीला बरं नाहीये का?"

"ताई, काय सुदिक उमगत न्हाय. ह्यो म्हातारा मले जगू दित न्हाय."

"म्हणजे काय करतोय? आधी आत ये."

"त्याले गौरी नको जालिया. म्या काय करू? कुटं ठिऊ हिले?"

"नीट सांग बघू. मला काही कळत नाहीये."

"उद्याच्याले न्यायचं न्हाय म्हंतू ऊसतोडीले. कसं करावं म्या? लै हिय्या धरून बसलाय. येकच येक, ती बारकी नजरं म्होरं नगं. आता म्या काय करावं? येवढा हट्टाकट्टा धनी गमावून बसलो. दुक करायले सुदिक अवसर गावला न्हाय. तश्शी उठून आलो हितं कामावर. घर जगवायचं तर रडत बसून काय करायचं वो? निगालो. आता ह्ये अंगावरचं प्वार, कुटं टाकायचं? काय हाय का त्याले दयामाया? ताई, लै इस्वास घिऊन आलो हाय. माज्या गौरीले घ्याल? येकच दिस, तिचा सांबाळ करशीला?"

"मी? अगं मला सवय नाही. लहान मुलाला मी कधी सांभाळलं नाही. तशी वेळच आली नाही माझ्यावर."

"येक बाई हायस तू ताई. त्ये तर न सिकवता येतंय. तू न्हाय म्हनालीस तरी काय इसेस न्हाय वाटून घ्यायचो म्या. बगू काय हुतंय उद्याले."

"भिकू, थांब. मला जरा विचार करू दे. एक जबाबदारी आहे ती. माझा नक्कीच जीव आहे गौरीवर; पण अगं, काही तास बाळाला घेणं

आणि रात्रंदिवस सांभाळ करणं यात फरक आहे ना? शिवाय तिची भूक! ती मी कशी भागवणार? त्यासाठी आईच हवी ना?''

''जीत्ती ऱ्हायली तर भूक, मारून टाकली तर कसली भूक अन् काय? त्यो म्हातारा लै येडा जालाय. उद्याले न्हाय तर न्हाय न्येणार हिले संगट. मले ठाऊक हाय. मौ विना प्वार हुतंय की मोटं. म्या तुले दुदाची बाटली दिऊ काय? आणतो उद्याले बाजारातून.''

''तू आणून द्यायची गरज नाही भिकू.''

''तुम्मी आणाल?''

''म्हणजे तू ठरवूनच टाकलं आहेस तर?''

''येक दिस फकस्त, ताई. म्या उद्याले म्हाताऱ्याला भरीस घालतो. येक दिस दे मले.''

''बरं.''

''ताई, लै मेहेरबान. काय करू म्या तरी? माय हाय तिची. हितं समदी गाववाले हायत. पन कुन्नाचं ऐकून घिनार न्हाय म्हातारा. आन समदी एकाच अंगानं इचार करू लागले तर म्हनतील, हिनेच खाल्ला बाप. तर मग म्या तर जीत्ती मरून जायल.''

''गप राहा. काळजी करू नकोस. ठेव गौरीला इथे. तशीही माझी शाळा बंदच झाली आहे. खूप प्रयत्न केले; पण मुलं येतच नाहीत शिकायला, तर मी तरी काय करणार? आणि बाकीची मुलं जातात गावातल्या शाळेत शिकायला. गेल्या वर्षी ठीक होतं. ज्या मुलांना गावातल्या शाळेत प्रवेश नव्हता मिळाला, ती मुलं यायची माझ्याकडे शिकायला. म्हणून तर दोन शिक्षक पण ठेवले. पदरमोड करून त्यांचा पगार पण देत होते. या वर्षी काहीतरी बिनसलं आहे. जाऊ देत. कदाचित गौरीसाठीच झालं असेल असं. कुणास ठाऊक? आण तिला. पोट भरलं आहे ना आत्ता? चमच्याने पाजलं तर दूध-पाणी घेईल ना? कपडे आणून ठेव तिचे इथे.''

''व्हय ताई. आणतो. अजून येक कलाक[३०] हुतोय तर जातुया आम्मी मळ्यावर.''

''ठीक. काळजी करू नकोस. जा.''

---

३०. कलाक : तास

"ताई, ह्यो आकडा लिवून घ्या. मले फोन कराल तर लै जिवाला थंडावा वाटल."

"सांग नंबर."

"मले वो कुटं ठाव. तुम्मीच बगा. हां, येतो वो ताई. लै मेहेरबानी ताई. येतो."

निघताना भिकूने दहादा गौरीला पापे दिले. छातीशी धरलं. तशी तिला पान्हा फुटला. छाती घट्ट धरत ती निघून गेली. भूमी भिकूकडे बघत राहिली. तिला काय होतंय हे समजत नव्हतं. एक नवखा जीव आज तिच्या त्या जुन्या मोडक्या वाड्यात आलेला होता. कधी काळी ती अशा एका जिवाची तळमळीने वाट बघत होती. आईपण अनुभवण्यासाठी आसुसलेली होती. आणि आता ती तळमळ, ते आसुसलेपण निघून गेल्यानंतर हा एक जीव तिच्या पुढ्यात... अगदी शांत निजलेला. स्वतःच्या अस्तित्वाचा गंध नसलेला. काय होतंय हे? तिला काहीच समजत नव्हतं; पण अचानक मातृत्वाचा भास मात्र झाला. हा भास एकाच दिवसाचा आहे हे तिला माहीत होतं; पण तो एक दिवस तरी पूर्णत्वाने जगायचं हे तिने मनोमन ठरवून टाकलं. न राहवून शांत निजलेल्या गौरीला तिने उचलून घेतलं. तिच्या अंगाची ऊब तिला देऊ केली. गौरी चाचपडू लागली तशी भूमीचे स्तनाग्र टोकेरी झाले. ही अनुभूती काही वेगळीच होती. गौरीच्या नाजूक सुरेख चेहऱ्याकडे बघता बघता भूमीला वाटू लागलं की आपल्यालासुद्धा पान्हा फुटेल. तिचा ऊर भरून आला. ते सुख अनुभवण्यासाठी तिने आपले शुष्क स्तनाग्र गौरीच्या मुखी दिले. आणि जीवनात प्रथमच मिळणारी ती अनुभूती, ते ममत्व, ते आईपण, सुखाच्या त्या क्षणी भूमीच्या मिटलेल्या नेत्रांतून फक्त पाणी वाहत होतं. तिचं तिला चिंब करत होतं.

एक सुखाची ग्लानी. कित्येक कालानंतर मिळालेली गाढ झोप. भूमी उठली तेव्हा तिचं पूर्ण शरीर हल्लक झालेलं होतं. जणू एखादी पाकळी. तिने गौरीकडे बघितलं तर ती टक्क जागी होती. चुळबुळ करत होती. तिला आता भूक लागली असेल. भूमी तडक उठली. कामाला लागली. तेल कोमट करून घेतलं. गौरीला तेल लावून मग छान उन उन पाण्याने तिने न्हाऊ घातलं. तीट लावली. चमच्याने दूध पाजलं. बहुतेक तिचं

पोट भरलं नाही असं वाटून गौरीला घेऊन भूमी निघाली. बाजारातून तिच्यासाठी कपडे, दुधाची बाटली, खेळणी, काय काय घेऊन आली. भूमी तहान-भूक विसरली. सर्व काही गौरीसाठी. तिला खेळवण्यात, तिच्याशी गप्पा मारण्यात, आज ती पूजा करायचीसुद्धा विसरली.

दाराशी भिकू आली तशी भूमी भानावर आली. क्षणात तिचा चेहरा उतरला.

"लै तरास दिला का वं?"

"नाही गं. अजिबात नाही."

"येक ब्येस जालं बगा, ताई. म्हाताऱ्याला समदी टोकत व्हती दिसभर. तवा कुटं गप जालाय. आता उद्याले काय न्हाय. गप गुमान गौरीले नेतो म्हनला. तवा समदी त्याले बोल लावायचे रुकले. नवं कापड? आगं तुज्जे!! लै भारी काम. माजी रानी गं. ताई, आवो कसाले इतका पैका टाकला? कापड व्हती ना? आनी ह्यो काय? खेळणी? काय बा येक येक. ताई, लै केलंया तुम्मी. कसं फेडायचं ह्ये पांग?"

"काही नाही गं. काही पांग नाहीत. बघ कशी छान दिसत्येय. हो ना?"

"व्हय."

"जा. घेऊन जा. तुला तरी कुठे चैन पडलं असेल दिवसभर?"

"व्हय ताई. जीव हितच हुता माजा."

"जा. नीट घे अगं. हळू. हां, असं धर."

"ताई, म्या म्हनलो व्हतो ना, बाईले माया सिकवावी लागत न्हाय. ती असतीच. जातू."

घर एकदम रिकामं झालं. सुनंसुनं झालं. भूमीला काय करावं कळेना. खोलीतल्या पाठीमागे उरलेल्या गौरीच्या काही खुणा, ती फक्त त्यांच्याकडे बघत राहिली. दुपटं राहिलं की इथेच. आणि दुधाची बाटलीसुद्धा. आता गौरीला त्या बाटलीचा काय उपयोग? आणि ते झबलं, जुनं तेही इथेच राहिलं. भूमी त्या वस्तू गोळा करू लागली. त्या झबल्याला एक गंध होता. वेगळाच. काही काही माणसांच्या अंगाला एक वेगळा गंध असतो. जरासा उग्र. तसा गंध. तो गंध त्या खोलीभर भरून राहिला आहे, असं भूमीला वाटू लागलं. तिने खोल खोल श्वास घेतला. आणि

तिला हुंदका फुटला. ती हमसून हमसून रडू लागली. कोसळली. त्या क्षणी तिला आपण निपुत्रिक असल्याचं शल्य टोचू लागलं. हे एका दिवसाचं आईपण तिची शांतता भंग करून गेलं. स्वत:ला घट्ट मिठी मारून ती गदगदू लागली. तशीच जमिनीवर पाय पोटाशी घेऊन पडून राहिली. अगदी अंधार पडेपर्यंत.

आत्मारामच्या घरच्या लग्नाचा ताशा गावभर ऐकू येत होता. सगळ्यांना आमंत्रण होतं. अख्खं गाव लोटलं होतं. मानाप्रमाणे आधी नव्या जोडप्याला कोण भेटणार, कोण अहेर करणार हे ठरलेलं होतं. नाव पुकारलं जात होतं आणि त्या मातब्बराने किती रुपयांचा अहेर केला हे जाहीर सांगितलं जात होतं. बाळासाहेब, अहेर एक हजार एक रुपये, रावसाहेब अहेर एक हजार एकावन्न रुपये.

अहेराची रक्कम ऐकून ज्यांनी कुणी कमी अहेर आणला असेल ते पाकिटातला आकडा वाढवत होते. पाकीट अजून जड होत होतं.

"मौला आब्बाजान अहेर एक प्रेशर कुकर."

"अरे, कंपनीचं नाव पण बोल."

"हो, पेस्तीज कंपनी कुकर."

"पुढे..."

नवं जोडपं अहेर स्वीकारत होतं आणि शेजारी बसलेल्या नातलगांकडे देत होतं. अहेर झाला देऊन की लगेच मंडळी पंगतीकडे वळत होती. यथेच्छ ताव मारून उठत होती. ही अहेराची चढाओढ ऐकत उणीदुणी काढत होती.

पूर्ण गाव कुणी किती अहेर दिला हे ऐकत होतं.

भूमीला काहीच ऐकू येत नव्हतं. तिला फक्त कारखान्यात वाजणारा भोंगा तेवढा ऐकू येत होता. मधूनच गौरीचं हुं हुं ऐकू येत होतं. तिला माहीत होतं की तिला भास होतो आहे, तरीही तिची नजर दुपट्ट्याकडे वळत होती.

अस्वस्थ होती. यातून बाहेर पडणं आवश्यक आहे. तिने मनाला समजावलं. घराबाहेर जावं असं मात्र वाटत नव्हतं. ना तिला त्या लग्नात रस होता. तिला शिंदेची वही दिसली. खूण करून ठेवलेलं पान तिने उघडलं.

'बाई, तुम्ही निघून गेलात, तरी आठवणीत राहिलात.'

मी मोठा होत होतो आणि मला समज येऊ लागली होती. लोक मला का टाळायचे, याचं उत्तर मात्र मला अजूनही मिळालेलं नव्हतं. मायला किती वेळा विचारलं तरी ती सांगत नसे. सगळे मला शिंदे का म्हणतात? माझं नाव का नाही उच्चारत? चांगदेव हे काय वाईट नाव आहे का? इतके मोठे योगी होऊन गेले. देवाचं रूप होते ना ते? की तेच देव होते? मी देव नाही आणि देवाचं रूपही नाही. मला माहीत आहे. तसं तर राम नाव असतं. ज्ञानदेव नाव असतं; पण त्या माणसांना त्यांच्या नावाने हाक मारतात ना लोक? मग मला कुणी चांगदेव का नाही म्हणत?

एक दिवस मुलांमध्ये खेळता खेळता कुणीतरी मला म्हणालं, 'ए बिन बापाच्या...!!' खूप राग आला. रडू आलं. माय माझी कुंकू लावते. मंगळसूत्र घालते. बाप कुठे आहे माझा असं विचारलं की आभाळाकडे बोट दाखवते. हे काय आहे? आभाळात नवरा, तर मग बाई विधवा असते ना? मग माय कुंकू का लावते?

रडत घरी गेलो होतो. मायच्या खनपटीला बसलो. काहीही करून माझा बाप कोण हे सांग. म्हणतात ना, बाप दाखव नाही तर श्राद्ध घाल. तसं केलं मी. माय घाबरली. खूप रडली. शेवटी तिने सांगितलं.

'तुजा बा पुरूस नवता. गावाकडं प्वार नसलेल्या बायला कसं वागीवतात तुले काय सांगू? येक दिस तुजा बा म्हनला, तू चांगदेवाची पूजा घाल. त्याले नवस बोल. त्यो तुले प्वार देईल. आनी माजा बट्टा दूर व्हईल. आता म्या अडानी, मले काय ठाव? चांगदेव येतुया आनी आशिश देतुया आनी बाय गर्भार राहती, असं हुतंय म्हनून मले सांगितलं. म्या रामप्रहरी आंग धुऊन, वल्या कापडात ग्येली राणात. आनी तिथं बसून पूजा घाटली. घरला आलो तर तुजा बा ईस पिऊन काळाकोळ जालेला. मले काय बी सुधरना. समदी इचारू लागली, म्या कुटं ग्येलो व्हतो? म्या गुमान संगीतटलं, चांगदेवाला पुजायला ग्येलो व्हतो. तशी समदी फिदीफिदी हासू लागली. म्या इधवा जालो. पन माजं पाय भारी जालं व्हतं. माज्या मायकडं ग्येलो आनी तिले रामायन सांगीटलं. तशी तिने मले कुसीत घ्येतला. इचारलं, चांगदेव म्हनून कोन

इला व्हता? म्या म्हनलो, ठाव न्हाय. त्यो व्हता, म्हनला, डोळा उगडायचा न्हाय. तुजी पूजा पावल. माजी माय म्हनली, आता हितच ऱ्हा. आनी प्वाराले घिऊनच गावी जा. चांगदेवाच्या किरीपेने तू जालास मले. येका इधवेस प्वार जालं. तुजं नाव चांगदेव ठिवलं. आता ह्यात काय ते समजूनशान घ्ये. आनी पुन्ना मले इचारू नगस. आजपावे कुंकू लावीत हुतो. आता ह्ये पुसुनशान टाकलं बग.'

आणि माझी माय विधवा झाली. कुणी मला भातलवंडा म्हणायचे. भातलवंडा म्हणजे चांगदेवाच्या कृपेने विधवेला झालेला मुलगा.

असा माझा जन्म. मला खरंच माहीत नाही की माझा बाप कोण आहे, की होता? मी शिंदे. आणि आता शिंदे नाव! हेच ठीक आहे. मायने ती वांझोटी नाही हे सिद्ध केलं; पण माझ्या बापाला तो पुरुष आहे, हे सिद्ध करता आलं नाही. त्याने त्या आधीच स्वतःला संपवलं. आपल्या मागे आपली बायको कशी जगेल? जर मूल राहिलं तर ती त्या मुलाचा सांभाळ कसा करेल? मुलाला समाजात मान मिळेल का नाही? कसलाही विचार केला नाही.

आपला इतिहास तरी काय आहे? कर्ण काय आहे? फार मोठं उदाहरण घेतलं आहे मी; पण जेव्हा मी कर्णाबद्दल वाचतो, तेव्हा मला आरशात बघितल्यासारखं वाटतं.

एका बाईला अथवा पुरुषाला मूल होणं हे इतकं आवश्यक असतं? त्या पलीकडे जीवन नाहीच?

भूमीने वही मिटली. बाहेर अंगणात आली. पालं ऊसतोडीला निघून गेलेली होती. तिने घराचं दार लोटून घेतलं. चालत राहिली. रस्त्यात अनेक गाड्या ऊस भरभरून घेऊन येताना दिसत होत्या. त्यात कुठे भिकू दिसते का याचा ती शोध घेऊ लागली. तिच्या नकळत.

आज तिला प्रवरा नको होती. तिने मत्स्योदरी देवीच्या मंदिराच्या पायऱ्या चढायला सुरुवात केली. देवी मंदिरात नाही, हे तिला माहीत होतं. ती खांबाला टेकून बसली. गाभाऱ्यात मूर्ती होती; पण दिवा लावलेला नव्हता अजून. देवी मंदिरात नाही, हे समजायला हवं म्हणून गाभारा अंधारात होता. तिला हसू आलं.

चराचरात, प्रत्येक वस्तूत, जीवमात्रात सामावलेला देव, भिन्न रूपात

सर्वत्र अस्तित्वात आहे आणि तरीही गाभारा अंधारात आहे. देव तिथे नाही. देवी तिथे नाही.

देवी! आईचं रूप. नाही, देवी म्हणजे आई. आणि आई झालेली प्रत्येक स्त्री ही त्या देवीचं रूप. शिंदे, हो, मूल होणं हे प्रत्येक स्त्रीचं स्वप्न आहे. गरज आहे. तिच्या उरात जी माया आहे, वात्सल्य आहे, ते तिने कसं आणि कुठे व्यक्त करायचं जर मूल नसेल तर? पूर्णत्व यालाच तर म्हणतात. पूर्वापार तसा समज चालत आलेला आहे. मग पुरुष असो अथवा स्त्री. निसर्गाने हे सांगितलं आहे. बीज!! एका जीवाला निर्माण करण्याची ताकद, क्षमताच पूर्णत्वाकडे घेऊन जाते. मला विचार शिंदे. तुझ्या या प्रश्नाचं उत्तर मी देऊ शकते. क्षमता असून जेव्हा निर्मिती करता येत नाही, तेव्हा जिवाची काय तगमग होते हे मला विचार. समाजाच्या नजरा, तुमच्यातलं अपूर्णत्व सातत्याने दर्शवून देतात, तेव्हा मनाला किती इंगळ्या डिवचत राहतात, ते मला विचार. ऊर भरून येतो; पण प्रत्यक्षात स्तनाग्र कोरडेठाक राहतात तेव्हा किती वेदना होतात, ते मला विचार. एक मऊशार स्पर्श हवा असताना, स्वतःच्या खरखरीत अंगाचा स्पर्श होतो, तेव्हा सरसरून काटा कसा उभा राहतो, ते मला विचार.

नाही शिंदे, तुझी माय चुकली नाही. तिने योग्य वेळी योग्य कृती केली. आणि तूही काही वाटून घेऊ नकोस. तुझा जन्म काही कारणास्तव आहे. ते कारण तुला-मला आत्ता नाही माहीत; पण पुढे जेव्हा समजेल तेव्हा तू स्वत:ला शिंदे म्हणणार नाहीस. चांगदेव म्हणशील. नक्कीच.''

कलणारा सूर्य आणि उगवणारा चंद्र ...

भूमी हसली, मनातच म्हणाली, 'कुणीही उगवत नाही, कुणीही मावळत नाही. माणसं मात्र हिशोब ठेवत राहतात. ते तर देवीलासुद्धा गाभाऱ्याबाहेर काढतात. चार गावं फिरायला भाग पाडतात. आणि त्यांना जेव्हा वाटेल, तेव्हा देवीला बोलावून आणतात. तोपर्यंत गाभारा मात्र मिट्ट काळोखात ठेवतात.'

भूमी उठली. ती अडखळत गाभाऱ्यात गेली. एक पणती होती तिथे. चाचपडत राहिली. कुठूनशी एक काड्यापेटी मिळाली. तिने गाभाऱ्यातल्या काळोखाला काही क्षणांसाठी बाहेर फिरायला पाठवून दिलं.

सावकाश एक एक पायरी उतरत राहिली. शेवटची पायरी उतरली

आणि गाभाऱ्यातील ज्योत विझली.

थंडीचा कडाका वाढतच होता. पहाटेचं दव रस्ते ओले करत होतं. रात्रंदिवस रस्त्यावर बैलांची गारठलेली खुरं तरीही उमटत होती. मातीचे रस्ते ते ठसे जपत होते आणि डांबरी रस्ते त्या ठशांना अंगावर जराही उमटू देत नव्हते.

पालं गारठली होती. कुठे शेकोट्या पेटल्या होत्या. कुठे मळ्यात जायची तयारी सुरू होती. कारखाना दिवस-रात्र चालू होता. त्याला ऊस कमी पडलेला चालणार नव्हता. बैलगाड्या, ट्रक, ट्रॅक्टर रांगा लागलेल्याच होत्या.

भिकू अजून उठायची होती. जाग आली होती; पण अंथरूण सोडवत नव्हतं. ही अशी थंडी तिने आधी कधी अनुभवली नव्हती. कोपीला लावलेला पडदा जरासा वारा आला तरी उडत होता आणि थंडीचा एक झोत कोपीत शिरत होता. बाहेर खाटेवर दगडूसुद्धा गपगुमान पडून होता. एक दिवस खाडा झाला तरी चालेल; पण उठायला नको आणि जायला नको. थंडीने त्याची हाडं गारठवून टाकली होती. आता या वयात ही असली कामं त्याच्याच्याने होत नव्हती. एक वेळ झालीसुद्धा असती, जर त्याचा शिवा त्याच्याबरोबर असता तर. गौरीचा किनरा रडका आवाज कानी पडूनसुद्धा तो उठला नाही, चिडला नाही.

एक एक करून लोक निघाले मळ्यावर जायला. कुणाला जवळचा मळा मिळाला होता तर कुणाला जरा दूरचा.

"काय रं दगडूमामा, उठू नयेसा जालास? आनी भिकू बी न्हाय उटली व्हय?"

"जावा तुम्मी. म्या काय यायचा न्हाय आजला. हाडं लै धरलीया."

"निगु का मग?"

"व्हय."

"शामला हाय कोपीत. काय हवं जालं तर सांग तिले. येऊ का?"

"व्हय."

भिकू ऐकत होती. दगडू नाही म्हणाला तशी तिला जरा बरंच वाटलं. कुशीवर वळली आणि गौरीला उबेला घेऊन निजून राहिली.

भोंगा वाजला तशी भूमी जागी झाली. सगळी मरगळ टाकून देऊन कामाला लागायचं असं तिने काल रात्रीच ठरवून टाकलं होतं. घराला जरा आकार द्यावा असं तिच्या मनाने घेतलं होतं. चहाला आधण ठेवलं आणि बंबात सरपण टाकून ती दाराशी दात घासत बसली. बैलांच्या मानेतल्या घुंगरांचा आवाज कानांवर पडला तशी तिला हुशारी आली. कुठे पक्षी गाणी गात होते, दूरवर कुठेतरी झांजा वाजत होत्या. तिच्या बागेतल्या पारिजातकाला बहर आलेला होता. ओल्या मातीत टप टप करत फुलं सडा घालत होती. वातावरणात सुगंध पसरला होता, भूमीसुद्धा सुगंधित झाली. पटापट आवरून घ्यावं आणि बाजाराला जावं.

सकाळ होता होता तिचं सर्व काही आवरून झालेलं होतं. एक मोठी यादी मनात तयार करून ती निघाली. घराला रंग द्यावा, तुटलेली तावदानं दुरुस्त करावीत. कौलांना शाकारून घ्यावं. जरा चांगला पलंग आणावा आणि मोठे दिवे लावावे घराला. बागेला आकार द्यावा. बरीच कामं आहेत. बरीच.

ती आधी शिंदेकडे गेली.

"चांगदेवा, छान लिहितोस रे अगदी. लिहीत राहा बरं. ही घे तुझी वही. झाली वाचून. अजून खूप लिहू शकतोस. लिही. आणि हो, जर शक्य झालं तर तुझं हे लिखाण छापू आपण."

"ताई, तुम्ही मला.."

"आजपासून तू चांगदेव. शिंदे हे काही नाव नाही. आडनाव ... बघ ना, आडनाव असं म्हणतात. ते खऱ्या नावाच्या आड येऊन कसं चालेल? बिनदिक्कत सांग तुझं नाव चांगदेव आहे म्हणून. ठीक आहे?"

"हो ताई."

"कसा आहेस? बरं वाटतं आहे ना आता?"

"हो, जाऊ लागलो आहे कारखान्यात. जमतंय काम."

"छान. काही लागलं तर येत जा घरी. माईला सांग मी येऊन गेले. जरा गडबडीत आहे. खूप काम आहे. निघते."

चांगदेवाचा हसरा चेहरा बघून भूमीला अजूनच उत्साह आला. बाजारात जाऊन, सर्व काही ठरवून ती परतली तेव्हा दुपार झालेली होती.

"ताई."

"भिकू, आज गेली नाहीस मळ्यात?"

"लै अंग दुकून राहिलं बगा. बा बी निजून व्हता. कसली थंडी ती. न्हाय ग्येलो."

"बरं झालं. एक दिवस तरी आराम हवाच. काय करत्येय गौरी?"

"हाय. जागीच हाय."

"येते मी नंतर."

"ताई, येक इचारू?"

"बोल ना."

"लै गारठा असतुया रातच्याला. आनी आम्मी जातो बी तवाच मळ्यावर. गौरी.."

"माझ्याकडे नेईन तिला. काही हरकत नाही."

"लै ..."

'तुझेच उपकार आहेत माझ्यावर बाई. कसं सांगू? तुला नाही कळायचं.'

भूमी जास्तच खुशीत आली. तिने भराभरा सर्व आवरलं. गौरीसाठी एक पाळणा तयार केला. दुधाची बाटली उकळून ठेवली. एक चांगली सुती साडी टरार फाडली आणि गौरीसाठी मुलायम पांघरूण शिवलं. वाट बघत राहिली रात्र होण्याची.

आणि मग हे नित्याचं होऊ लागलं. एक दिवसाआड तर कधी दोन-तीन दिवसाआड गौरी भूमीकडे राहू लागली. भूमीने एके दिवशी तिला पेज पाजली. तोंड वेडावत पहिला घोट घेतला गौरीने; पण मग नंतर तिला चव आली. तिचा चेहरा बघून भूमी खो खो हसू लागली. गौरीच्या डोळ्यांत ओळख दिसली. भूमी हरखून गेली.

हे हरखून जाणं नित्याचं होऊ लागलं. एक दिवस भैया भूमीला म्हणाला सुद्धा, "ताई, लै जीव लावताय उडत्या पाखरावर. पाखरू उडून जाईल आणि तुम्ही..."

भूमी म्हणाली त्याला, "पाखरू उडून जाणारच; पण म्हणून कुणी पाखरावर मायेची पाखर घालायची नाही का? पाखराचा उडून जाण्याचा स्वभाव आणि माणसाचा माया लावण्याचा स्वभाव, कुणीच आपला मूळ स्वभाव विसरू नये. पुढे दुःखी होऊ म्हणून आत्ता मिळणारा आनंद

लाथाडू नये.''

भूमी आनंदात होती. ती पाखराला उडण्याचं बळ देत होती.

हा हा म्हणता महिने सरत आले. मळे बोडके झाले. ऊस कुठे राहिला नाही. कारखाना बंद व्हायची तारीख जाहीर झाली. तशी ऊसतोडे घरी जायला अधीर झाले.

''आता गावी जायचं नव्हं?''

''काय करावं इच्चार करतुया.''

''का रं?''

''गावात दुस्काळ हाय. पानी न्हाय. आपल्याले पानी न्हाय तर बैलांना कुटून दावायला?''

''मंग? इच्चार काय हाय?''

''इकून टाकतुया बैल. हितं जीत्तं ऱ्हातील. काय?''

''आनी पुन्ना फुडल्या वर्साला?''

'घ्येयाचे अन् काय इकत.'

''कोन घ्येणार बैल?''

''आता भैयाला इचारतू. बगू मंग.''

''म्या काय करावं रे?''

''श्येत तर काय करता येनार न्हाय. पानी न्हाय तर काय श्येत व्हनार? पानी न्हाय तर चारा बी न्हाय. हितं कसं दावतू ना बैलाले. लै चारा हाय. जगतील. प्वाटची प्वार हायत बैलं माजी. त्यानले भुके मारू व्हय?''

''पन ऱ्हातील का आपल्याबिगर?''

''ऱ्हात्यात. मानुस न्हाय का ऱ्हात?''

''ह्ये आनी काय?''

''बगत न्हायस? बारकी ऱ्हाते ना भिकूसीवाय? भूमीताई बगत्यात नवं तिले? कुटे मायची याद येऊन रडती ती? बैल बी ऱ्हातील. चार थेंब पानी गाळतील पन जगतील. गावाकडून फोन आला व्हता. येक बालदी पानी गावतंय चार दिसाला. आता घराला मानसा कमी हाय तर जगत्यात. आपुन ग्येलो की आजून भर. त्यात ही जनावरं. म्हैस हाय, बैल हाय आनी येक शेळी बी. कसं करावं सांग.''

''त्ये बी खरं. बगू काय ते. मालूम न्हाय काय हाय देवीच्या मनात. आजपासून दहा आनी सात दिसांनी जायाचं. त्या आदी काय ते बग.

म्या बी इचार करतू.''

दगडू शांतपणे त्यांचं बोलणं ऐकत होता. एक एक गोष्ट मनाशी पक्की करत होता. बारकी भूमीकडे चांगली राहते हे त्यानेसुद्धा पाहिलं होतं. बारकी दिसली, तिचा आवाज जरी ऐकू आला तरी त्याच्या कपाळावरची शीर ताडताड उडू लागायची. घराला लागलेली कसर म्हणजे बारकी, हे त्याच्या मनाने पक्कं घेतलं होतं. आता कुठेच काही बोलायचं नाही; पण देवी आली परतून की मात्र आण घ्यायची. सोक्षमोक्ष लावायचा. त्याचं मन सतत त्याच विचारात.

दगडवाडीत परिस्थिती भयाण होती. पाण्याचा टिपूस नव्हता. लोक कसे जगत होते ते त्यांचं त्यांना माहीत. पाऊस असता चांगला तर कशाला ही माणसं घर, गाव, कुटुंब सोडून इथे सहा सहा महिने थंडीवाऱ्यात आली असती. उघड्यावर राहायचं. रात्र नाही, दिवस नाही, काम करत जायचं. पैसा चांगला मिळू लागला होता आताशा. पूर्वीसारखी दैन्यावस्था नव्हती. नाही म्हटलं तरी सहा महिन्यांत तीन-चार लाख मिळायचे. त्यावर पूर्ण वर्ष काढायचं. पुन्हा सहा महिन्यांनी हेच जीवन. पिढ्यान्‌पिढ्या असंच जगत आलेले हे ऊसतोडे. हसत- खेळत, कधी भांडत, कधी रडत; पण एकोप्याने यायचं आणि एकोप्याने जायचं. कुणाला काही दुखलंखुपलं तर मदतीला धावायचं. गावातल्या घरात दोन-तीन म्हातारीकोतारी आणि कुणीतरी एखादा तरुण गडी सोडून यायचं. राबराब राबायचं. चार ग्लास रिचवायचे आणि देवीच्या उत्सवात कौल लावायचे, नवस बोलायचे. आयुष्यभर ते नवस फेडत राहायचे आणि एके दिवशी मरून जायचं. कुणाला माहीत नाही, कधी जन्माला आला आणि कधी मेला. ऊसतोडे म्हणजे हे असेच. त्यांनी ऊस तोडून दिले म्हणून जगाचं तोंड गोड होतंय; पण साखर, गूळ खाणाऱ्यांना हे ऊसतोडे माहीत नाहीत. ते त्यांच्या गावीही नाहीत. खिजगणतीतही नाहीत. हे असंच असतं. के. जी., बालवर्गाला शिकवणाऱ्या शिक्षकांना ओळखत नाहीत कुणी; पण दहावी, बारावीच्या शिक्षकांना मात्र ...

प्रत्येक क्षेत्रात हे असंच असतं. उंचावर असलेला माणूस दिसतो; पण ती उंची गाठायला ज्या पायऱ्यांचा वापर केला गेला त्या पायऱ्या कुणाला दिसत नाहीत. फार काही नवीन तत्त्वज्ञान नाही हे. जुनंच

आहे, आत्ता अगदी सहज आठवलं म्हणून....

गावात पुन्हा एकदा उत्साह ओसंडून वाहत होता. मत्स्योदरी देवी गावात परत येत होती. तिच्या स्वागताला गाव सिद्ध झालेलं होतं. पताका, तोरणं, भगवे झेंडे जागोजागी उभारले गेले होते. ताशा वाजत होता, लेझीम झंकारत होते. पावलं तालात पडत होती. देवी वेशीपाशी आली होती. सुवासिनी आरतीचं तबक घेऊन उभ्या होत्या. हळद-कुंकू, अक्षता, फुलं वाहिली गेली. ओटी भरली गेली आणि देवी गावात आली. मोठी दिंडी निघाली. पालखीला प्रत्येक जण खांदा देत होतं. गावाची फेरी घेऊन देवी तिच्या टेकडीवरच्या मंदिरात स्थानापन्न झाली. मंदिर दिव्यांनी उजळून निघालं. ज्यांनी कुणी नवस केले होते, ते फेडले जात होते. ज्यांना नवस बोलायचे होते ते देवीपर्यंत पोहोचायची धडपड करत होते. पुन्हा एकदा मंदिराच्या भटजीला महत्त्व प्राप्त झालं होतं.

प्रत्येक जण दर्शन घेत होतं.

दगडू देवीपाशी पोहोचला आणि गळा काढून बोलू लागला,

'येक लेकरू तर घिऊन गेलीस माजं. म्या काय बोललो न्हाय. आता येक लेकरू म्या तुले द्येतो. त्ये घ्ये आनी माजी सुटका कर. बारकीले घरला न्यायचं न्हाय, ह्ये म्या तुले निकसून सांगतुया. लास टायमाला म्या तिले तुला दिऊन जालो व्हतो. म्या माजा सबुद पुरा करून ऱ्हायलो आजला. तू तिचं काय बी कर. तुले वाहिली मी बारकी. आता सबुद फिरवनार न्हाय. हितं तुज्या फुड्यात ठीऊन जायेन. तुले जे करायचं त्ये कर. हा मी चाल्लो. आता संसारात राम न्हाय. बैल इकायला लागतुया. इकले तर इकले, न्हायतर हितच सोडून देतुया. त्यांना जगवायचा जिम्मा तुजा. माज्या शिवाचे लै लाडाचे हायत त्ये. पोटच्या प्वोरा- परीस माया केलीया. त्यानले म्या असं तडफड वहून मरताना बगू सकत न्हाय. त्ये बी तुले वाहायले. जातू. पुन्ना आलू तर दरसन घ्येतुया. न्हाय आलू तर ह्यो माजा रामराम.'

दगडूचं बोलणं ऐकून भिकूला भोवळ आली. ती तिथेच आडवी झाली. दगडूने वळूनसुद्धा बघितलं नाही. गावातले भिकूजवळ गेले, पाणी मारलं तशी तिला जरा शुद्ध आली; मग मात्र ती काहीही बोलली नाही. नाही तिने देवीला नमस्कार केला. गौरीला घेऊन ती तडक खाली उतरली.

भिकूने तोंड गप्प केलं. बोलणं सोडून दिलं. चार दिवसांनी निघायचं म्हणून कारखान्यातून निरोप आला होता. भैया कुणी कधी निघायचं, कुठल्या ट्रकने जायचं हे सर्वांना सांगत होता. पालं उदास झाली होती. त्यांना उद्या काय करायचं, कसं जगायचं याची चिंता लागून राहिली होती.

कुणाचे बैल विकले गेले, कुणाचे नाही गेले. भैयाने बैलांच्या बदली उधारीवर काही रक्कम काही जणांना दिली. खरं तर हा आतबट्ट्याचा कारभार होता. जर हे कामगार पुढल्या खेपेला भैयाकडे आले नाहीत आणि कुणा दुसऱ्याच मुकादमाकडे गेले तर भैयाचे पैसे बुडाले. होतं असं कधी कधी. दगा देणारे असतात काही; पण त्याला काही इलाज नाही. हा व्यवसायच तसा आहे. लिखापढी नसलेला. सहीशिक्का नसलेला. आणि तरीही अव्याहत चालत आलेला.

''उद्याले कोपी मोडायची हाय. चीजवस्तू गोळा करून ठिवा. आनी हो, सर्व जमीन साफ करून ठीवायची हाय. सकाळच्याला नाश्ता करून निगायचं असं भैया सांगून ग्येला हाय.''

भिकूने एक एक सामान आवरायला घेतलं. सहा महिन्यांनंतर ती तिच्या मुलांना भेटणार होती. कशी असतील, अभ्यास केला असेल का? म्हातारीला नीट बघितलं असेल ना? सामान एका कोपऱ्यात गोळा होत होतं. प्लॅस्टिकच्या बादल्या, पत्र्याच्या पोचे गेलेल्या बादल्या, मडकी, रिकामे डबे, घोंगड्या, चादरी, ... गौरीची खेळणी. दुपटी.. आणि...

भिकू मटकन खाली बसली. काही वेळ गेला, काही विचार केला. तश्शी उठली..निघाली.

भूमीचं घर नवीन जन्म घेतल्यासारखं दिसू लागलं होतं. घराला पूर्वीचा आकार आला होता. पडीक बाजू बांधून झालेली होती. गिलावा केला गेला होता. बागेला आकार येत होता. गवंडी, सुतार, अंगण भरून गेलं होतं.

''ताई, म्या हाय.''

''आले गं. बघ, काय अवतार झालाय ना घराचा? नाही तसं नाही. अवतार झालेल्या घराला आता आकार येतो आहे. ये गं. बैस.''

''ताई, येक सांगायला आलुया. न्हाय म्हणायचं तर न्हाय म्हना, काय दिक्कत न्हाय; पन आज तोड काडायची हाय मले. माज्या गौरीले घ्येता? म्या चाललो उद्याले. हितच ठीऊन जानार हाय तिले. तुम्मी ठिव

म्हनला तर ठिवतो, न्हाय तर देवीच्या म्होरं ठीऊन जातो.''

''अगं, काय बोलत्येस? हे काय बोलणं झालं?''

''भोढभारूड[३१] आलंया माज्यावर. बारकीले घरला न्येली तर म्हातारा तिले जगू द्यायचा न्हाय. देवीला सबुद दिऊन आलाय त्यो. गोंदळीने पछाडलं हाय म्हाताऱ्याले. काय बाय बोलून जालाया. म्या काय करू ताई? माजी तीन प्वारं हायत घरला. मले जावं लागतुया तिथं. येकासाटी तीघानले न्हाय सोडू सकत. आनी म्हातारा, म्हातारीचा जिम्मा हाय माज्या डोस्क्यावर. बैल बी सोडून देतुया हितं. तिथं जाऊन मरन्यापरीस हितं जीत्ती ऱ्हातील तर पाप न्हाय.''

''भिकू, असं अचानक विचारते आहेस. झालं तरी काय नेमकं? मी बोलू का दगडूशी?''

''काय उपेग न्हाय. आनी आता मले बी नगं ही. लै तरास भोगला हिच्या परीस. रोजच्याला शिव्या देतुया, मले बी मर म्हनतुया. छातीशी घेतली तर नाय नाय त्ये बोलतुया. येकदा रातच्याला थंडीत तिच्या अंगावरचं कांबलं खेच्यून घ्येतला. नगं मले बारकी. ताई, म्या बखुद[३२] सांगतो हाय. येक वार काय त्ये सांगा. जातो.''

भूमी अनपेक्षितपणे झालेल्या या हल्ल्याने बावरून गेली. दिङ्मूढ झाली. गवंडी काही विचारत होता...

''ताई, फलांडी लावून जालिया. आता पोव लावतू. मंग बगा, ह्ये भांबट कसं झ्याक व्हातंय. हर एक भदोळ भरून काडलं हाय. येक वार तपासून घ्या. न्हाय तर कामात खळव पडलं तर इच्चारू नगा.''

''काय? काय म्हणालास?''

''आवं, या, हितं या.''

''काय रे वासू, तू भिकूच्या गावाचा ना रे?''

''व्हय. हितं माजी भित्त अन् लागलीच शिवाची भित्त.''

''भिकू आत्ता काय म्हणाली, तू ऐकलंस?''

''व्हय. त्ये बारकीचं नवं? ऐकलं ना.''

''दगडू खरंच इतका त्रास देतो?''

---

३१. भोढभारूड : संकट

३२. बखुद : स्वत:

“शिवा ग्येला आनी त्याच्या डोस्क्यावर घाव जाला. अगदी पैल्या दिसापासून ह्येच बोलतुया. बारकीने खाल्लीन शिवाले. काय येक येक.”

“पण ...”

“ताई, आता तुम्मी इच्चारता तर त्वांड उगाडतो. लै तरास दितुया रोजच्याले. आता भिकुले बगा, घो ग्येला, बारकी नकोसी हुतीय, आनी फकस्त दगडूले न्हाय तर कळसूबाय बी नगं म्हनती बारकिले. आता काय बोला?”

“किती लहान आहे ती, किती छान आहे... किती जीव लावला आहे तिने..”

“मग ठिवा की तिले. भिकूला जगू द्या ताई. बगा आता तुम्माले हुत आसल तर घ्या तिले. म्या काय सांगावा?”

“असं?”

“ताई, बगा वं काम हुतंय त्ये. न्हाय तर म्हनाल, वासूने चुना लावलान.”

“वासू, तू बघ काय काय करायचं आहे ते. मी जरा बाहेर जाऊन येते आणि हो, माझा तुझ्यावर विश्वास आहे. तू चांगलंच करशील. आलेच.”

कारखान्याच्या ऑफिसच्या दारात भूमी थडकली.

“मला आत्ताच्या आत्ता खरात साहेबांना भेटायचं आहे. लगेच.”

“ताई, बसा. मी सांगतो साहेबांना.”

“जा ताई...”

“एक सल्ला हवा आहे.”

“भूमीताई, बसा. पाणी घ्या. शांतपणे बोलू. बसा बसा..”

“मला एक विचारायचं आहे. ...”

खरात विचार करत राहिले.

“साहेब, बोला ना. मी काही चुकीचं तर करत नाहीये ना. नाही. मी गौरीला जबरदस्ती मागत नाहीये. ही भिकूची इच्छा आहे. आणि खोटं कशाला बोलू? मला पण तिचा लळा लागला आहे. मी तिला दत्तक घ्यायला तयार आहे. अगदी कायद्याने.”

“मान्य आहे भूमीताई; पण हा एका जिवाचा प्रश्न आहे. उद्या जर भिकू फिरली तर काय कराल? आणि कायद्याच्या गोष्टी एका दिवसात ठरत नाहीत. किती काय काय करावं लागेल त्यासाठी. लगेच होण्यासारखं

नाही ते. माझं ऐका. कागदपत्रं झाल्याशिवाय गौरीला ठेवून घेऊ नका. उद्या कुणीही तुमच्यावर अपहरण केल्याचा आरोप करू शकतं. पैशांसाठीसुद्धा तुम्हाला गोत्यात आणायला कमी करणार नाहीत हे लोक.''

''सगळे ओळखीचे आहेत. दरवर्षी माझ्याच जमिनीत राहतात. जो काही राहण्याचा व्यवहार असतो तोसुद्धा तोंडी आहे. कुठे काय कागदपत्रं केले आहेत कधी?''

''जमीन आणि जीव, सारखेच का ताई? तुम्ही जीव लावाल आणि उद्या ती पुन्हा येईल आणि सांगेल, माझी लेक मला परत हवी, तर काय कराल? माझा तरी सल्ला असाच आहे, या भानगडीत पडू नका.''

''आणि जर खरंच भिकूने तिला मंदिराच्या पायऱ्यांशी टाकून दिलं तर?''

''असं होणार नाही. भट आहे तिथे. तो तसं होऊ देणार नाही. आणि आता तर आपल्याला माहीत आहे की भिकू काय करू शकते तर आपण नजर ठेवू शकतो तिच्यावर. तिला जे काही करायचं असेल ते तिने तिच्या गावी जाऊन करावं. तुम्हाला माहीत आहे का? जर तिने गौरीला असं टाकून दिलं तर तिला शिक्षा होऊ शकते.''

''हे तर अजिबातच चालणार नाही. खूप जबाबदाऱ्या आहेत तिच्यावर.''

''म्हणजे तिचा एकमेव आधार तुम्ही आहात. तुम्ही नकार द्या. अथवा कायद्याने हक्क मिळेपर्यंत तिला थांबायला लागेल इथे.''

''किती दिवस?''

''ते मी कसं सांगणार? या कायद्याच्या गोष्टी मला माहीत नाहीत. कारखान्याबद्दल काही कायद्याच्या गोष्टी असतील तर मी सांगू शकतो; पण हा वेगळाच प्रश्न आहे. नका ओढून घेऊ काही अंगावर. विसरून जा.''

''मला वाटलं होतं, तुमचं सहकार्य मिळेल.''

''नक्कीच मिळेल. कायद्याने होऊ द्यात गोष्टी. मी आहे मग काही लागलं तर.''

भूमी एकदम गळून गेली. इथे येताना जो उत्साह होता, तो कुठल्या कुठे गेला.

हा हा म्हणता ही गोष्ट पालंभर झाली. भैया भैताडला.

''ताई, लै सुसाट झालीय भिकू. हे असं कोण करती का? काय पण एक एक. काही फंदात पडू नका. मी तर काहीच जिम्मा घेत नाही हो!

या वर्षी इथे आली, पुढल्या वर्षी माझ्याकडे नाही आली, कुणा दुसऱ्या मुकादमाकडे गेली, आणि मग काही तक्रार केली तर काय घ्या? आत्ता डोक्यात राग आहे तर बोलत्ये. उद्या राग शांत झाला आणि पस्तावली, केले आरोप तुमच्यावर तर काय हो? विसरून जा.''

भूमी शांत बसून राहिली होती. अंधार पडत आला होता; पण घरात दिवा लावावा असं काही तिला वाटेना. काही क्षणांसाठी तिने स्वप्नं बघितली आणि ते क्षण कसे केव्हा वाहून गेले हे तिला जाणवलं नाही. आता पुन्हा हाती उरले रिकामे क्षण. कुठलीही स्वप्नं नसलेले क्षण, काहीही ध्येय नसलेले क्षण, जगणं हरलेले क्षण.

''म्या आलुया ताई. लोक कायबाय बोलत्यात दिसभर. म्या ऐकतुय. काय भरोसा न्हाय व्हय ह्या भिकूचा? कागुद लिवून हवा हाय अन्? म्या अंगठा दितो. काय हवं त्ये घ्या लिवून. माज्या गौरीले घर द्या ताई. माया द्या ताई. आता तर ती बाटलीनं दूद पिती. माजी काय सुदिक गरज न्हाय. सकाळच्याले निगतू आम्मी. खोटी ओटी भरूनशान घीनार हाय. हितं तुमच्या दाराशी ठीऊन जातो बारकिले. मंग घ्याचं घराले तर घ्या, न्हाय तर द्या कुटं ... जातो.''

भूमी दगडासारखी. काहीही बोलली नाही, जागची हलली नाही. एकच कल्लोळ होता मनात...

'एक आई पोराला टाकून जाऊ शकते, सहजी टाकून जाते का? तिच्या यातना किती असतील? त्याचं मोजमाप कसं होणार? आणि कुणालातरी त्या पोराला आपल्या सावलीचा आधार द्यायचा आहे तर मग समाज नाही का म्हणतो? काय होईल जास्तीतजास्त? माझ्यावर आरोप होतील. मला शिक्षा होईल, जर भिकूने तक्रार केली तर. करू दे ना मग. होऊ दे शिक्षा. नाहीतरी हे असं अनावश्यक जीवन किती काळ जगायचं? कुणासाठी जगायचं? एक आधार मिळतो आहे, गौरीला नाही, मला मिळतो आहे, तर तो आधार मी का नाही घ्यायचा? नाही गं भिकू, तू गौरीला घर देत नाहीयेस, या घराला गौरी देते आहेस. गरजू तू नाहीस, गरजू मी आहे. अगं, जर तू वाऱ्यावर सोडून दिलेले तुझे बैल मी माझ्या अंगणात घेऊन आले, तर कुणी काही बोलणार नाही. उलट म्हणतील, ताई किती दयाळू. किती काळजी घेते प्राण्यांची. जीवाचा आकार बदलला की माणसांचे विचारसुद्धा बदलतात.

मी माझा विचार नाही बदलणार. मी माझा स्वार्थ साधणार. मला माझ्यासाठी गौरी हवी आहे. तू सहजी देते आहेस म्हणून. नाहीतर उद्या जमीन रिकामी झाल्यावर मी तरी कुठे भरलेली राहणार होते? किती मोठं रितेपण असतं माझं हे कुणी बघत नाही. मी कुणाला दाखवायला जात नाही; पण आता मी भरलेली असेन. जमीन रिकामी झाली तरी मी भरलेली असेन. नकोत काही कागद, नको कायदा. मनाचा कायदा सर्वांत मोठा. आणि जर आलीस तू पुढच्या वर्षी, मागितलीस पुन्हा तुझी गौरी तर मी देऊन टाकीन. हे एक वर्ष मी पूर्ण आयुष्य जगून घेईन. मला माझ्यासाठी हे करायला हवं. आयुष्यात एकदा तरी स्वत:साठी काहीतरी करायला हवं. बस!!

''मोहते साहेब, मी भूमी...''

''या, ओळखतो की मी तुम्हाला. बसा.''

''हा एक अर्ज आणला आहे. वाचून घ्या. तुमच्या रेकॉर्डला असू देत.''

''काय आहे?''

''वाचून घेता?''

''मी भिकू, स्वखुशीने माझी मुलगी गौरी हिला भूमीताईंच्या स्वाधीन करत आहे. जर मला पुढे कधी वाटलं की मी माझ्या मुलीचा सांभाळ करू शकते तर मी माझी मुलगी परत घ्यायला येईन, तेव्हा भूमीताई मला माझी मुलगी गौरी परत करतील.''

''हे काय आहे?''

''खाली भिकूचा अंगठा आहे. माझी सही आहे. साक्षीदारांच्या सह्या आहेत. हे फक्त तुमच्याकडे रेकॉर्डला असू देत. माझ्याकडे आणि भिकूकडे कॉपी आहेत ह्याच्या. येते मी.''

भिकू सर्व काही गुंडाळून भूमीची वाट बघत होती. तिला येताना बघून भिकूला हुंदका फुटला. बोडक्या झालेल्या जमिनीवर, डोक्यावरचं छप्पर नष्ट झालेल्या आभाळाखाली भिकू गौरीला उराशी कवटाळून धायधाय रडू लागली. जवळच दगड होऊन बसलेला दगडू नजर पार जमिनीत रुतवून बसला होता. माणिक-मोतीला काहीतरी वेगळं होत आहे याचा सुगावा लागला होता. त्यांच्या नाकातील वेसण काढून टाकण्यात आली

होती. पाय खुंटीला बांधलेले नव्हते. ते मोकळे पाय आज त्यांना जाग्यावरून हलू देत नव्हते. डोळे केविलवाणे झाले होते.

काहीही न बोलता सगळे ऊसतोडे भिकूपाशी गोळा झाले होते आणि तरीही ती एकटीच होती.

भूमी जवळ आली तशी तिने एक बोचकं तिच्या हातात ठेवलं. आणि दुसऱ्या हातात गौरीला दिलं. एकदाही मागे वळून न बघता भिकू तडक निघाली. दगडू थकलेल्या पावलांनी तिच्यामागे चालत गेला.

भिकू, दगडू, सावजी, इला, एक एक करून ट्रकमध्ये चढू लागले. सामानसुमान भरलं जाऊ लागलं. आणि काळा धूर ओकत ट्रक वळणावरून दिसेनासा झाला.

खुर्डावाडी ओस पडली. शांत झाली. कारखाना शांत झाला. इतके महिने अव्याहत चालणारी मशीन्स थंडावली. रस्ते मोकळे झाले. रहदारीचा ओघ बिनदिक्कत वाहू लागला. गावाला गाव गावलं. रस्ते शेणामुतातून सुटले. अचानक सर्व स्वच्छ दिसू लागलं.

हातात चार पैसे खुळखुळत असतात तशी गावातले शहराचा रस्ता धरतात. वर्षभराचं सामानसुमान, कपडालत्ता यांची खरेदी करण्यासाठी. सिनेमा बघण्यासाठी. जरा चैन करण्यासाठी.

घरघंटीचे मालक लक्ष्मी, शिवाजी जरा मोकळे झालेले असतात. त्यांचा धाबा किमान दहा-पंधरा दिवस तरी ओस पडलेला असतो. मग एखादा वाट चुकून धाब्यावर येतो. एकाचे दोन होतात, चार होतात, हळूहळू आकडा वाढत जातो. दिवसाकाठी तो आकडा मग चाळीस-पन्नासच्या घरात जातो.

गुरुवारी भरणारा गावबाजारसुद्धा असाच हळूहळू वाढीस लागतो. गावाला पुन्हा मार्गी लागायला काही दिवस लागतातच.

अंगाची काहिली सुरू होते. जितकी थंडी जास्त तितकाच उन्हाचा रपटा पण जास्त. अख्खी दुपार सुनसान असते. चिटपाखरू दिसत नाही. कुठल्यातरी घराच्या वळचणीला भटकं कुत्रं अंग ताणून पडून राहिलेलं असतं.

या अशा सुस्तावलेल्या गावात एकच घर जिवंत असतं. भूमीचं घर. तिचा वाडा.

"अगं थांब थांब, किती पळवशील मला. लबाड. खाऊ नाही खायचा? कट्टी करेन हां. रांगायला लागली आहे तर मोठा चेव आला आहे. आणि आताशा मला तुला उचलून नाही हो घेता येत. किती वजन वाढलं आहे तुझं. हात दुखायला लागतात माझे. समजतंय का महाराणी? हसली, हसली.. हो हो, नाचायचं आहे. बरं, लावते गाणं. कोणतं लावू? नाच रे मोरा लावू? की चिऊताई लावू? हे अस्सं, खा. खा बघू. बाई गं बाई, आत्ताच का शू करायची होती तुला? काय तरी एकेक. थांब, हात नको मारू त्यात. शी शी, याक...!!"

"काय ताई? झालं का न्हाय लेकीला भरवून?"

"गंगू, हिला धर बघू. हे बघ काय करून ठेवलं आहे. जरा पण धीर नाही. हात धुऊन आण आधी तिचे. आणि हो, पाय पण धू स्वच्छ. लब्बाड कुठली. काय झालं आता रडायला? नाही, रडायचं नाही.... शाना शाना ना तू?"

"घ्या. जरा मले हात लावू दित न्हाय."

"मग? गौरी कुणाची आहे? माझी. हो ना? गंगू, ही घरात आली आणि या घराला बघ किती धुमारे फुटले."

"ही आल्याने व्हय वो? न्हाय, तुम्मी वाडा पुन्ना बांधून घीतला म्हनून."

"खरंच गं! हे मी अगदी छान काम केलं. खरं सांगू? जेव्हा वाड्याचं काम काढलं ना, तेव्हा मला अजिबात माहीत नव्हतं की या महाराणी इथे राहायला येणार आहेत म्हणून. छानच केलं मी. वाडा सजला, रंग चढला वाड्याला आणि माझ्या जीवनालाही."

"ताई, कापड ल्हान पडू लागली हाय गौरीले."

"हो ना. आत्ता पंधरा दिवसांपूर्वी आणले हे कपडे. विश्वास बसेल? होतच नाहीत आता तिला. जरा वाढत्या मापाचे घ्यायला हवेत. उद्याच जाते बाजारात."

"गाव गप झालं ताई आता."

"गावाला काय गं? काहीतरी विषय लागतो. बोलू देत. आम्हाला काही फरक पडत नाही. हो ना गौ?"

"व्हय."

"आणि तू आलीस ना माझ्या मदतीला, तर मग काय सोप्पं झालं बघ सर्व."

“म्या आलो मदतीला? तुम्मी आलात माज्या मदतीला. मला घर हाय कुटं?”

“जाऊ दे. दोघी एकमेकींच्या मदतीसाठी आहोत. ठीक आहे?”

“च्या करतो. आनी गौरीसाटी दूध आणतो.”

“बाटली नको हं. कपाने पिऊ दे आज. सवय करायला हवी तिला आता.”

“व्हय.”

वाडा हसत होता. खेळत होता. गाव वाड्याकडे नवलाईने बघत होतं. दिसामासी गौरी वाढत होती, लाडकी होत होती. माणिक-मोती गोठ्यातून हे सर्व बघत होते. त्यांच्या नाकात पुन्हा वेसण आली होती. दावं बांधलं गेलं होतं. पाय हिसडून त्यांना गौरीबरोबर धावावं वाटत होतं. तीन जीव वाड्यात रमले होते.

दगडवाडीत एक एक करून ट्रक येऊ लागले. रिकामं गाव, सुस्त गाव, जागं होऊ लागलं. जिथे बघावं तिथे भेगाळलेली जमीन. हवेत शुष्कता भरून राहिलेली. गरम हवा वाहू लागली तशी धुळीचा लोट अंगावर धावून आला.

तोंडावर पदर धरत, पंचाचा तुकडा धरत एक एक जण ट्रकमधून उतरू लागले. जे मागे गावात राहिले होते, ते गावकरी हळूहळू गोळा होऊ लागले. आपल्या माणसांचं सामान उचलू लागले. विचारपूस करू लागले.

“बारकी न्हाय आली भिकूसंगट.”

“म्येली की काय? हुती इत्कुली.”

“काय बी वंगाळ बोलतुयास. ठीऊन आली भिकू तिले तिथंच.”

“काय सांगून झाला रं तू?”

“आईच्यान.”

गोष्टी कर्णोपकर्णी होत गेल्या. दगडवाडीला समजून गेलं, भिकू बारकीले टाकून आली.

“माय हाय का रांड?”

“शिवाचंच प्वार हुतं ना वो?”

"कुटं फेडल ह्ये पाप?"

"आय कसली, कैदासीन हाय नुसती."

भिकूने कुणाला दाद दिली नाही. नाही कुणाला काही सांगितलं. ती पूर्ण अबोल झाली होती. ज्या क्षणी तिने गौरीला भूमीच्या हातात दिलं, त्या क्षणापासून तिने एक अक्षर तोंडातून काढलं नव्हतं, ना डोळ्यांतून एक टिपूस.

"आय, बारकीले न्हाय घिऊन आली? टाकून दिले?"

"आय, बोल ना गे कायतरी."

"आय, ए आय...."

मुलं रडवेली झाली. भिकू मात्र तशीच. कोरडी. जमिनीच्या भेगा आणि तिच्या मनाच्या भेगा.. काहीही फरक नव्हता.

दगडूसुद्धा आता गप झाला होता. आपण वागलो ते चूक की बरोबर हे त्याला कळत नव्हतं. कळसूबाई मात्र सर्वांना सांभाळत होती. जे केलं ते योग्यच. तिला रडू येत होतं ते एकाच कारणासाठी, तिच्या शिवाचे माणिक-मोती परतून आले नव्हते. शिवा काय म्हणत असेल? मुलांसारखं प्रेम, माया करणारा शिवा, आणि त्याच्या त्या दोन्ही मुलांना वाऱ्यावर सोडून आला होता तिचा नवरा आणि सून.

"मानिक-मोती? त्यानले घरला आनायचं न्हाय व्हय? सिवा काय म्हनंल?"

"आनी त्यानले कुटलं पानी दावनार व्हतीस?"

"व्हय, उद्याले गाडी येतुया पान्याची. समद्याले येक येक बालदी पानी गावनार हाय. उटायले उसीर करू नगासा. ए भिकू, ध्यानात आलंया नव्हं? काय पाप हाय काय उमग न्हाय. चार घास घ्या आनी पाठ लावा जमिनिले."

भिकू भर दुपारची घराबाहेर पडली. कुणाला काहीच न सांगता. एकटीच. ती तडक चालत राहिली. उन्हाने घामाच्या धारा लागल्या होत्या. डोकं चढलं होतं. तिथे ओसरत आलेली थंडी आणि इथे कडाक्याचं ऊन. अजून वातावरणातला हा फरक अंगवळणी पडला नव्हता. तरी ती चालत होती. थेट पोहोचली शेतात. देवीसाठी लावलेली केळ पार सुकून गेली होती. त्या सुकलेल्या बुंधल्याला ती टेकून बसली तशी तो बुंधा वाकला. तरी ती उठली नाही.

'म्या आलुया शिवा. खाली होऊन आलुया. तुज्या लेकराले कुनाचा तालिक[३३] न्हाय अशा ठिकानी दिऊन आलोया. ह्या हितं तू मले सोडून ग्येलास. आता म्या बी ह्या हितं असाच बसून ऱ्हातुया. त्यो साप आसल हितंच, तर मले बी इस दिल. न्हाय जगायचं रे आता मले. लै सोसलंया. आय असून आय न्हाय तुजी म्हातारी. येका मायला सांगती, लेकराले सोडून ये. तुले तरी ठाव हाय काय रं? तुजा बा म्हणतु तुले खाल्लं बारकीने. व्हय रं? आता म्या दावून दितो, बारकी कुनाले खात न्हाय. म्या मरून जातुया आनी शाबित करतो की बारकी न्हाय ती. वखुत आला की मानुस काय आन ही क्येळ काय, जीत्ती ऱ्हात न्हाय. ए शिवा, ऐकतुया नव्हं तू? ए शिवा...'

भिकूने टाहो फोडला. इतका वेळ दाबून ठेवलेला आक्रोश, त्या आक्रोशाला आता आभाळ मिळालं. आभाळ भरून गेलं तिच्या आक्रोशाने. भळभळत्या उन्हात तिचा आक्रोश ऐकायला मात्र कुणीही नव्हतं. ती वाट बघत राहिली, सापाची, त्याच्या दंशाची, मरणाची. घशाला कोरड पडली, भोवळ आली. शुद्ध हरपली.

जाग आली तेव्हा ती तिच्या घरात होती. आजूबाजूला मुलं होती, दगडू होता, कळसूबाई होती. शेजारपाजार जमला होता.

"आली व्हय सुध. आता काय घोर न्हाय."

"जरा साकर-पानी द्या तिले."

"वारं येऊ द्या रे. लै घामटलेली हाय. जरे स्वास घिऊ दी."

"बरी हाय ना आता? कित्ती जिवाले घोर त्यो. भाकरतुकडा घ्ये आता आनी खुसाल पडून ऱ्हा वो."

माणसं पांगली. मुलांचे रडवे चेहरे बघून भिकूला पुन्हा एकदा उमाळा आला. तिने तिघांना कुशीत घेतलं. पुनःपुन्हा घसा दाटून येत होता.

"बारकी ऱ्हायली वं..."

आणि मुलांनी हंबरडा फोडला. तशी दगडू कावला.

"आता गप गुमान ऱ्हा. काय म्येली न्हाय ती. लै ब्येस घरात हाय. जगती ब्येस. हितल्या परीस तिथंच रास्त हाय. गीप व्हा. डोक्याले भार दिऊ नगा माज्या. म्या काय बी गलत क्येलं न्हाय. देवी साक्सी हाय.

---

३३. तालिक : त्रास

देवीले व्हायलेलं प्वार घरात न्हाय ठिवू, पाप असतंय त्ये. गपा.''

मुलं घाबरली, रडायची बंद झाली.

आता हे असंच जगायचं आहे हे सर्वांनी मान्य केलं.

भिकूला मात्र हे मान्य नव्हतं. तिचं आईपण तिला गप्प बसू देत नव्हतं. ती ताठ झाली. आता रडत बसायचं नाही. जो गेला तो गेला. आता आपण जगायचं आणि गौरीसकट जगायचं.

तिने तिचा आवाज मोठा करायला सुरुवात केली. प्रत्येक बाबतीत स्वतःचा निर्णय बजावू लागली. घराचा ताबा घेतला आणि शेताचाही. ती शेतात खपू लागली. सगळे तिला वेड्यात काढत. भिकूला वेड लागलं आहे, जो तो म्हणू लागला. या कोरड्याठाक जमिनीला नांगरून काय होणार आहे? कुणाची बैलं उसनी घेऊन ती जमीन नांगरत राहिली. म्हातारा-म्हातारी तिला बोल लावू लागले. देवीचा कोप झाला आहे, भिकू पछाडली गेली आहे असं तेच दोघं बरळू लागले. भिकू, बाबूला हाताशी धरून राबतच राहिली. भिकूचा हा अवतार आजतागायत कुणी बघितला नव्हता. तिला कुणाची तमा नव्हती. शेत नांगरून, बी पेरून ती वाट बघत राहिली. मनातल्या मनात देवाचा धावा करू लागली. तिला शेत पिकायला हवं होतं. चार पैसे तिचे तिला हवे होते. पैसा असला की आवाज मोठा करता येतो हे तिला माहीत होतं. आणि आश्चर्य! या वर्षी कसं कोण जाणे पण वरुणदेवालासुद्धा तिला साथ द्यावीशी वाटली. पाऊस चांगला होऊ लागला. तिचं शेत तरारलं. कोंब फुटले, चार-पाच इंच वर आले. तशी तिने लागवडीला सुरुवात केली. गावाला जाग आली. शेतं नांगरली जाऊ लागली. एकच आनंद उमटला. गावाला पाणी मिळालं. विहिरी भरल्या. छोटे छोटे पाट वाहू लागले. कणसं धरू लागली. आता काही महिन्यांनी कापणी करायची. बाजारात बाजरी विकायला न्यायची. चार पैसे कनवटीला लावायचे; पण त्या आधी बारकीला घरी घेऊन यायचं. या वर्षी ऊसतोडीला नाही जायचं. शेत राखायचं. भिकूने मनाशी पक्कं केलं.

''ऊसतोडीला जायाचं न्हाय? ह्ये काय खूळ?''

''आनी श्येत कोन राखील?''

''म्या हाय हितं. म्या करतुया. तू जा भिमाले, बाबुले घिऊन ऊसतोडीला. बक्कळ पैका गावतुया. त्यो काय असाच पान्यात घालायचा?

त्ये काय न्हाय. जायाचं म्हंजी जायाचं.''

''म्या जानार हायच. गौरीले घिऊन येनार हाय.''

''पुन्ना त्येच?''

''येक सबुद काडायचा न्हाय कुनी. सांगून ठिवतो. तुम्मले नको गौरी तर म्या बी हितं ऱ्हायाची न्हाय. माजी प्वारं आनी म्या जगू आमचं आम्मी. तुमी बगा काय इच्चार हाय त्यो. ह्ये माजं आखिर सांगनं हाय. पचतंय ता ठीक, न्हाय तर तुम्मी तुमच्या वाटंनं आनी आम्मी आमच्या. श्येत माजं हाय, माज्या शिवाचं हाय. त्ये काय म्या सोडनार न्हाय. फैसला जाला. आता बगा काय त्ये.''

दगडू, कळसूबाई एकदम गप्प झाले. हतबल झाले. शेवटी नाईलाजाने म्हणाले,

''आणून घ्ये बारकीला. आम्मी काय बी म्हनत न्हाय. घर सोडायची भासा नगं.''

भिकूला जग जिंकल्याचा आनंद झाला. आता ती फक्त वाट बघत होती भैयाची.

गणपती जाता जाता भैया गावात आला. नावं लिहून घ्यायला सुरुवात झाली. कुणी किती उधारी घेतली होती, अजून किती हवी आहे, याचा हिशोब झाला.

''म्या माझ्या दोन पोरांसकट येतुया. नाव घी लिवून.''

भैयाला हे अपेक्षितच होतं. फक्त दगडू नाही याचं नवल वाटलं.

भिकू घरी आली. तिने एक एक वस्तू जमवायला सुरुवात केली. दळण, साखर, चहा बुक्की, मसाले, कपडे, गरम कपडे, बादल्या, कळश्या, एक एक सामान खोलीच्या एका कोपऱ्यात गोळा होत होतं. भिकूचे डोळे भरून आले. गेल्या वर्षी याच सुमारास असंच सर्व सामान खोलीच्या कोपऱ्यात ठेवलं जात होतं. ऊसतोडीला निघायचं होतं आणि तितक्यात बातमी आली होती... शिवा!!! नकळत तिच्या तोंडून शिवाचं नाव आलं. तिने मनोमन त्याला नमस्कार केला. डोळे पुसले आणि कामाला लागली.

तिने तिची चंची काढली. त्यात एका कप्प्यात एक कागद अगदी बारीक दुमड घालून ठेवलेला होता. गेल्या सात-आठ महिन्यांत तिने तो कित्येकदा चाचपडून बघितला होता. तो लिहून दिलेला कागद होता.

त्यावर तिचा अंगठा लावलेला होता. आणि त्याखाली भूमीची सही होती. तो कागद तिने जिवापाड जपून ठेवला होता. त्या कागदाचा तिला उपयोग होणार होता. ती वाट बघत होती सुगीची. कारखाना चालू होण्याची. खुर्डावाडीत पाऊल टाकण्याची.

पालं यायचे दिवस जसे जवळ येऊ लागले, तशी भूमी अस्वस्थ होऊ लागली. काहीतरी जादू व्हावी आणि भिकूने येऊच नये असं तिला वाटू लागलं.

भिकू आलीच नाही तर? किती छान होईल. जिवंत असेल का ती? तिच्या गावात पाणी नाही. गुरं पाण्याविना तडफडून मेली अशी बातमी आली होती पेपरात. माणसं पण मेली असतील का? भिकू असेल त्यात? मन किती दुष्ट आहे. काहीही विचार करत राहतं. कशाला कुणाच्या मरणाची इच्छा करत्येय मी? इतकी लहान झाले आहे मनाने? पण मी तरी काय करू?

पण जरी भिकू जिवंत असली आणि इथे आली, तरी ती गौरीला नेईल हे कशावरून? तिचा तो सासरा तिला नेऊ देणारच नाही. माहीत आहे मला. दगडू म्हणजे फारच हेकट आहे. उगाच काळजी करत्येय मी.

पण, जर तसं नाही झालं? दगडूला त्याची चूक समजली आणि म्हणाला की न्यायचं बारकीले, तर मग? त्यापेक्षा आपणच निघून जाऊ कुठेतरी गौरीला घेऊन. म्हणजे हे जर-तर नकोच; पण कुठे जाणार? आणि किती दिवस लपून राहणार? नाही, हे काही शक्य नाही. शिवाय तो कागद आहे ना. वेड्यासारखं मोहत्यांना पण देऊन आलो तेव्हा. आणि अजूनही गौरी भिकू-शिवाचीच मुलगी आहे.

फार विचार करतो आहोत आपण. भिकूला कुठे जमणार आहे गौरीला असं वाढवायला? चांगलं खाऊ-पिऊ घालायला? हे सुंदर फ्रॉक, हे छान बूट, या केसांच्या क्लिप्स, ही एवढी खेळणी. नाहीच करू शकणार ती इतकं. आणि तिला तीन मुलं आहेत ना.. मग एक नसली जवळ तर काय फरक पडतो? समजावू तिला हे सर्व; पण ती खरंच येणार आहे का या वर्षी? भैयाला विचारायला हवं.

विचार आणि काळजी याने भूमीची झोप उडाली होती. गंगू हे सर्व बघत होती. तिला भूमीची अवस्था बघून रडू येत होतं. फार जीव लावला आहे भूमीने, गौरी म्हणजे तिचं जग आहे. तिला आता अजून

कुणीही नको असतं. बाजारात नेते गौरीला तर अगदी दिमाखाने. गाव काहीबाही बोलत असतं. कुणी चिंता व्यक्त करतं. जर भिकू आली आणि नेलं पोरीला तर भूमीचं कसं होणार?

भैया आला तशी भूमी सावध झाली.

''भूमीताई, ही घ्या नावं. काही नवीन ऊसतोडे आहेत. त्यांना कुठे जागा देता कोपीसाठी ते बघा.''

''बघते. आणि भैया, या वर्षी भाडं वाढवलं आहे मी. काय आहे की आता मी एकटी नाही. गौरी आहे ना? खर्च वाढला आहे माझा.''

''किती घ्येणार ताई?''

''दोनशे वाढव. पुरेत तितके.''

''सांगतो.''

''आणि काय रे, ती .. ती भिकू.. ती येणार आहे का? की गाठला तिने कुणी दुसरा मुकादम?''

''नाही ताई, दुसरीकडे कशाला जाईल? आपण काय कमी करतो का त्यांच्यासाठी? आहे, येत्ये ना.''

''येत्ये? खरंच?''

''ताई, तुमची काळजी समजते; पण कसं आहे ना, आधीच तुम्हाला सांगितलं होतं, नका घेऊ जबाबदारी; पण तुम्ही ... जाऊ दे आता.''

''तुला भेटली भिकू? काही म्हणाली? ती नेणार आहे का गौरीला?''

''काय की? पण यंदा पाऊस चांगला झाला आहे. शेत केलं आहे तिने. पीक चांगलं आलं आहे.''

''म्हणजे आता ती माणिक-मोतीला घेऊन जाईल.''

''असं आहे खरं.''

''दगडू येणार आहे?''

''नाही. त्याचं नाव नाही दिलं तिने. तिची दोन मुलं येणार आहेत.''

''दगडू का नाही येत? तो यायला हवा.''

''ताई, जरा सबुरीने घ्या. भिकू येत्ये म्हणजे ...''

''सर्व चांगलं झालं आहे आता तिचं. होऊ दे. मला त्याचं काही नाही. आनंद आहे; पण मग .. निदान अजून एक वर्ष तरी पाऊस पडला नसता, काही संकट असतं तर ..!! छे छे, काय विचार करत्येय मी?''

''ताई, तुमची माया असा विचार करत्येय. कुणीही करेल. चूक

नाही काही. येऊ का मी? काळजी घ्या. आणि काही हवं असेल तर सांगा. मी आहे आता इथेच. उद्या ट्रक जातील गावात. एक एक पालं येत जातील. येऊ का?''

भूमी बधिर होऊन बसून राहिली. दरड कोसळावी आणि रस्ते बंद होऊन जावेत. कुणीच येऊ शकणार नाही मग. एक वर्ष अजून. मग गौरी भिकूला ओळखणार पण नाही. आत्ता तरी ओळखेल का?

''भूमीताई, गौरी रडून राहली, घ्येता ना?''

शिवाचं वर्षश्राद्ध झालं.

गावात पुन्हा ट्रक येऊ लागले.

भिकूबरोबर भीमा आणि बाबू ट्रकमध्ये चढले. आता काही तासांचा अवकाश होता, फक्त काही तास. भिकूचा चेहरा फुलून आला. वळण घेत घेत ट्रक जात होता.. प्रत्येक वळण भिकूला गौरीच्या जवळ घेऊन जात होतं.

''भीमा, जीवा, गौरी भेटल आता. आता मागं हटायचं न्हाय. म्हातारा आता काय बी बोलू सकत न्हाय. आता म्या घराची मुख्ख हाय. मले तुम्मी जोर धारायले हवे. गौरीले घरला न्यायचं नव्हं?''

''व्हय.''

त्या एका होकाराने भिकू खूश झाली. निवांत झाली. वारं अंगावर घेत थंडावू लागली.

भूमीची जमीन दिसली तशी भिकूने ट्रकमधून एकदम उडी मारली.

भूमी खिडकीतून बघतच होती. भिकूला बघून भूमी गौरीला घेऊन वाड्याच्या अगदी आतल्या खोलीत गेली. गंगूला म्हणाली, ''सांगू नकोस, मी इथे आहे ते.''

गंगूच्या डोळ्यांत पाणी आलं.

''ताई, आसं लपून काय हुणार हाय? या भाईर.''

''नाही. मी नाही येणार.''

''ताई, ह्यो दिस येणार व्हताच. तुमाले माहीत हाय.''

''हो, पण तरी. आज नको. उद्या किंवा कधीच नको. तोड

काढायला हवी काहीतरी.''

''आनी ह्यो उद्या कंदी येत न्हाय, ह्ये बी तुमाले माहीत हाय. तोड बी निगत न्हाय. या ताई, बाहीर या. येक माय लेकीसाठी आली हाय. सेवटी माय मोठी असती. व्हय ना? या ताई, भाईर या. येकदा हा क्शन येऊ द्या. मग समदं सोपं हुतंय. तुम्मीच सांगायचा नव्हं असं?''

भूमी थरथरत होती. गौरीला घट्ट धरून होती. ती हातची जाणार नाही ना? काय म्हणेल भिकू? गौरीला मागेल? कायमचं मागेल की ती इथे आहे तोपर्यंत? गौरी घाबरलेली होती. ती भूमीला बिलगली होती. मनाचा हिय्या करून, सर्व सामर्थ्य गोळा करून भूमी वाड्याच्या दाराशी आली... समोर भिकू उभी होती. आनंदाने, उत्साहाने. हात पुढे करून.. भिकूचे पसरलेले हात बघून भूमी रडवेली झाली.

''गौराई, म्या आलो. ह्ये बग गं माजी बाय. म्या आलुया. ये.''

गौरीने वळून बघितलं. भिकू तिच्याकडे बघतच राहिली. तिच्या नजरेसमोर जी गौरी होती, ती गौरी ही नव्हती. ही तर कुणी वेगळीच भासत होती. अंगाने भरलेली. गोल गरगरीत चेहरा, तेज असलेला. अंगावर भारी कपडे, केसांना छानसा बो. ही गौरीच आहे? माझी बारकी ती हीच? तरीही तिने हात पसरले.

गौरी रडवेली झाली. तिला भिकूकडे जायचं नव्हतं; पण भूमी तिची मिठी सोडवत होती. तिला जा म्हणून सांगत होती. कडेवरून खाली उतरवताना गौरीने तिचा पदर घट्ट धरून ठेवला. कसातरी त्या लहानशा मुठीतून भूमीने पदर सोडवून घेतला आणि ती मागे वळली. तिच्याच्याने आता गौरीला जाताना बघवलं गेलं नसतं.

ती वळली. घराचं दार मागच्या मागे लावणार तोच तिच्या कानांवर हाक आली..

''आई...''

आणि भिकू मटकन खाली बसली. तिचे पसरलेले हात रिकामेच राहिले. भूमी सामोरी झाली तशी गौरी धावत आली आणि तिने 'आई' म्हणत भूमीला घट्ट मिठी मारली.

भिकू समजून गेली... फार उशीर झाला... तिला यायला फार उशीर झाला.

◆